愛上越南語 初級

丁氏蓉 著

Yêu tiếng Việt

作者序

　　因緣際會下，我來到美麗的寶島台灣，一路從大學唸到研究所，取得碩士學位。在學中，得到很多教授的幫忙和啟發，讓我了解當前世界經濟社會的現況。

　　畢業後，經陳凰鳳老師的指導與提攜，我進入教育界、教起越南語，也因為有這幾年的教學經驗，及數次帶領學生回越南參訪，而更了解企業對於越南語的需求。為了讓想學習越南語的莘莘學子，能快速且輕鬆地學習越南語，因此想出版本書，讓讀者得以越南人的方式學習越南語。

　　這本書的主要內容分成以下兩部分。

　　第一部分：認識越南並介紹越南語發音系統，包括29個字母、6個聲調符號、11個雙子音、23個雙母音、10個三母音與8個尾音。不僅有詳細解說還有拼音練習、句子練習輔助，是一個非常完整的發音系統介紹，讓讀者能輕鬆、無礙地學習越南語的字母與發音。

　　第二部分：共有13堂實用易學的會話課，課程主要結構如下。
會話：用日常實用的生活會話，帶讀者練習聽力與口說
生詞：挑出重要與常用的詞彙，加強印象
文法：針對重要的文法觀念，詳細解說
練習：加深已學的內容，學以致用
文化花絮：介紹更多越南的文化與習俗

　　這本書的出版，非常感謝有我的老公的支持。在我忙碌寫書時，老公煮飯、洗衣、照顧女兒到無微不至。感謝你任何事都支持我。

我還要感謝陳凰鳳老師的培養與提攜。感謝anh Trần Cao熱心協助。感謝我的學生闕煜軒用心發想29個字母發音的中文解說。感謝清華大學同學劉以心幫忙校稿。最後，感謝瑞蘭國際出版幫我出書，還給予我百分百的支持與協助。希望各位越南語學習者，都能因為這本書而收穫滿滿！

丁氏蓉

如何使用本書

　　《愛上越南語　初級》分為兩大部分。第一部分從「認識越南」、「認識越南語」開始，帶您初步認識越南及越南語，再用「越南語的字母與發音」幫您打好基礎。當一切準備就緒，就讓我們一起進入第二部分──令人愛上越南語的「13堂會話課」吧！

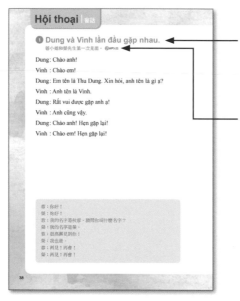

① 每堂課都有1～2篇「核心會話」，學會用道地口吻和越南人大聊特聊！

② 立即掃瞄書封QR Code，並跟著音軌標示聆聽全書音檔，標準越南語輕鬆帶著走！

③ 挑出「重點生詞」、「文法解說」，輔以表格及例句，實用又淺顯易懂！

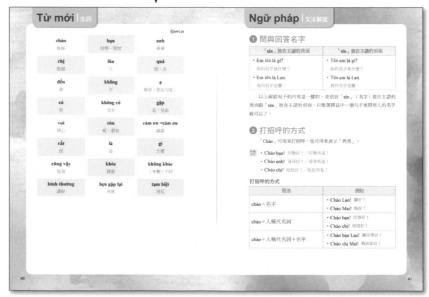

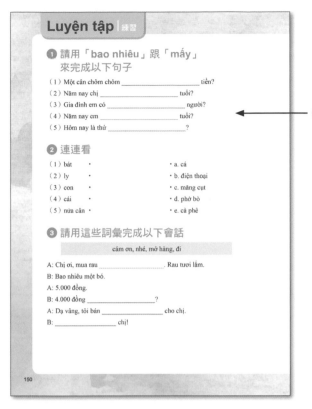

④ 搭配連連看、重組句子、填空等「課後練習」，自己練過才印象深刻！

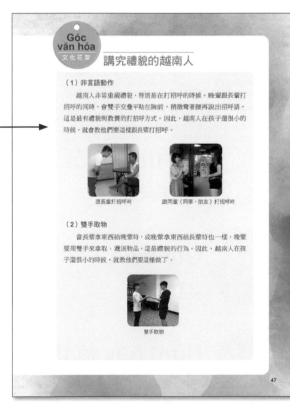

⑤ 學習再加碼！讓「文化花絮」告訴你越南人最愛的伴手禮、越南菜好吃的祕密，以及更多越南風俗！

目 次

Bài 1
第一課
Chào hỏi
打招呼

Bài 2
第二課
Anh là người Đài Loan
我是台灣人

Bài 3
第三課
Lời ứng xử lịch sự
禮貌用語

Bài 4
第四課
Sở thích của em là nấu ăn
我的興趣是做菜

Bài 5
第五課
Gia đình
家庭

Bài 6
第六課
Hôm nay là thứ mấy?
今天是星期幾？

❶ 越南基本資料

國　　名：越南社會主義共和國（Cộng hòa xã hội chủ nghĩa Việt Nam）

位　　置：位於中南半島東
部，與中國、寮
國、柬埔寨相鄰

沙壩
越南第一高峰. 梯田

下龍灣
下龍灣遊船

河內
環劍湖. 古蹟.
三十六古街

寧平
碧洞古廟. 陸龍灣

峴港
巴拿山

順化
香江. 古都

會安
美山聖地. 古鎮

大勒
百年大教堂. 情人谷. 舊火車站.
達坦拉瀑布. 春香湖

芽莊
珍珠島. 海灘. 泥漿浴

胡志明市
粉紅教堂. 古芝地道. 市區

美奈
紅白沙丘

富國島
珍珠度假村. 星星沙灘

美托
湄公河三角州

國土面積：‧331,210平方公
里，是台灣的
九倍大
‧平地面積佔約
20%，山地跟丘
陵面積佔80%

氣　　候：越南屬於熱帶氣候。北部夏熱冬涼，11月至2月是冬天；7月
至10月有時會有颱風及水災（尤其是中越）。南部氣候分乾
季與雨季，全年平均氣溫落在25℃～35℃。

省　　市：‧共64個省市，包含59個省及5個直轄市：河內、海防、峴
港、胡志明、芹苴（又稱肯特）
‧省下轄縣、市社、市鎮、社（鄉）、村
‧直轄市下轄郡（縣）、坊（市社）、社、村

民族人口：‧共54個民族，其中京族最多，占87%總人口。
‧2019年的全國人口數約9,700萬，人民平均歲數31歲。

教育程度：‧國民基本教育：國中以上
‧人民識字率：94%

語　　言：國語是越南語，大約可分為北中南三大口音，除了腔調及某些
詞彙的使用差異外，不同口音之間可以互相溝通、理解無礙。
目前以位於北方的首都河內所使用的河內腔為標準口音。

宗　　教：多數人民信仰佛教，占50%以上（尤其是在北越），其次是天主教、高台教（本土宗教）、和好教，另有基督教及回教徒，亦有無宗教信仰者。

首都及重要城市：‧首都：河內
　　　　　　　　‧北越最重要城市：海防
　　　　　　　　‧中越最重要城市：峴港
　　　　　　　　‧南越最重要城市：胡志明

政治體制：‧社會主義
　　　　　‧一黨獨政（共產黨）

貨　　幣：越南盾（VND）

電　　壓：220 V

時　　差：慢台灣一小時

② 節日

（1）國定假日

　　越南的國定假日都有放假一天。農曆過年放假最多天，大約有5～9天（每年放假的天數都不同）。

中文	越南語	日期
元旦	Tết Tây / Tết Dương lịch	新曆1/1
農曆過年	Tết Nguyên Đán / Tết ta	除夕～初5
雄王節	Giỗ tổ Hùng Vương	農曆3/10
南部解放日	Ngày giải phóng miền Nam	新曆4/30
國際勞動節	Ngày Quốc tế lao động	新曆5/1
國慶日	Ngày Quốc kháng	新曆9/2

（2）其他節日（沒有放假）

中文	越南語	日期
越南共產黨誕生紀念日	Ngày thành lập Đảng	新曆2/3
西洋情人節	Ngày lễ tình nhân	新曆2/14
國際婦女節	Quốc tế Phụ nữ	新曆3/8
胡志明主席誕辰紀念日	Ngày sinh Chủ tịch Hồ Chí Minh	新曆5/19
國際兒童節	Ngày quốc tế thiếu nhi	新曆6/1
越南婦女節	Ngày phụ nữ Việt Nam	新曆10/20
越南教師節	Ngày Nhà giáo Việt Nam	新曆11/20
元宵節	Tết Nguyên Tiêu (Rằm tháng giêng)	農曆1/15
端午節	Tết Đoan ngọ	農曆5/5
中元節	Rằm tháng bảy / Vu Lan	農曆7/15
中秋節	Tết Trung thu	農曆8/15
祭灶節	Ông Táo chầu trời	農曆12/23

四方粽：
北越人過年時會用來祭祀祖先。直接
吃或煎過再吃都很好吃。

❸ 詢問對方的年齡、工作與家庭

　　越南人非常重視禮貌，因此從孩子還小的時候，就開始教導孩子，在打招呼時要有禮貌、得體並尊重對話的人。

　　越南人覺得，說話時是否有依輩分稱呼對方，將顯現自己是否是個有禮貌又有教養的人。因此初次見面時，會先稱呼對方並介紹自己，一般會先假設對方是長輩，所以會稱呼對方是「anh」（哥哥）、「chị」（姐姐）、「cô」（姑姑／阿姨）等等，再問對方的年齡。

　　之所以會問年齡，是因為怕繼續聊下去的過程中，若稱呼不對會顯得沒禮貌。所以通常會問：「你今年幾歲？」（Năm nay anh bao nhiêu tuổi?）當彼此都熟悉了之後，可能就會問你「在哪裡上班？」、「工作好不好？」、「薪水高不高？」、「有男朋友嗎？」、「有女朋友嗎？」、「什麼時候要結婚？」等各種私人的問題。這些問題，可能會讓台灣人聽了非常不習慣，不過這只是一種關心，沒其他的意思，請別嚇一跳。

　　下次您去越南玩時，若有被問到這些問題時，也請用最自然的微笑面對就好，因為這樣的聊天方式，已變成越南文化的一部分了。

Xin hỏi năm nay chị bao nhiêu tuổi?

請問妳今年幾歲？

❹ 父系社會

很多外國人都以為越南是母系社會，因為看到越南的女生很認真、很能幹，似乎每件事都有女生參與。但事實並非如此，越南其實是父系社會。

直至1975年4月30日南北越統一之前，越南一直處於內戰的狀態。在戰爭的過程中，男生需要去戰場打戰，剩下女生在家照顧家庭、公婆、孩子，也要負責種田、養家禽類。有的厲害、勇敢的女生還上戰場打仗呢！由於女生無所不在、無所不能，因此讓女生的角色感覺變得非常重要，似乎勝過於男生的角色。

表面上看見的雖然是這樣，但其實戰爭過後的越南，是一個非常「重男輕女」的國家。男生是家裡的主角，大大小小的事要讓男生們點頭才算數。雖然現在越南人想法比較進步，女生也被受到重視了，但男生還是一家之主，暫時無法改變這個觀念。

❺ 代表性食物

主食：越南全國以稻米為主食，有些地區也種植大量玉米作為主食之一。

北部：河粉（特別是在南定、河內等地）、酸肉、飯糰（特別是在太平、興安等地）、寧平羊肉、炸魚、血凍，海陽還有吃貓肉的習俗，非常特別。

中部：順化牛肉麵、廣麵、高樓麵、宮廷菜、水晶餃

南部：金邊河粉、法式麵包、炸春卷、鴨仔蛋、中式料理，除此之外，南部很多省份還有田鼠的料理。

其他：外來的速食目前充斥在越南各地。

❻ 飲品

北部：西湖荷葉茶、太原茶（北茶）、咖啡、奶茶、椰子水……

中部：宮廷茶（花茶）、咖啡、奶茶

南部：咖啡、甜點（類似刨冰）、奶茶、果凍、涼糕、糕點……

❼ 佐料

味素、魚露、醬油、蝦醬、辣椒、胡椒粉、各種香菜、檸檬……

❽ 民族服裝

áo dài-nam
男長衫

áo véc
男西裝

áo dài cách tân
現代版女長衫

áo dài-nữ
傳統版女長衫

áo tứ thân
北部-四身服

áo dài tím
中部-紫長衫

áo bà ba
南部-三婆衫

trang phục dân tộc H'mong
少數民族服裝

⑨ 景點

（1）二大自然文化遺產：下龍灣及風雅洞

（2）二大歷史文化遺產：順化皇城及會安古鎮

（3）越南各區的熱門景點及特色：

地區	景點及特色
北越懷古： 遊歷史	河內各大古寺、升龍城、寧平、北寧、沙巴、木州
中越放鬆： 走徜南海	廣平、廣治、順化、峴港、會安一直到芽莊、潘切……
南越縱情： 血拼天堂	西貢各大教堂、古芝、西寧、頭頓……
高原淡泊： 走訪山林	波來古、巴美屬、瀑布、大叻
九龍水鄉： 穿過江河	吃水產、原始椰子林、江河水道、水上市場、富國島
河內	湖多、廟多、博物館多
胡志明	教堂多、樹多、咖啡廳多
峴港	橋多、海藍、燒烤多

⑩ 伴手禮

各種少數民族的 手工藝品	越南特色酒 （藥酒、蛇酒）	天琴、葫蘆絲、 巴烏、獨弦琴
貝殼畫、米畫	燈籠	斗笠
刺繡	綠豆糕	蓮子糖、椰子糖
太原茶、咖啡（豆）	胡椒	燕窩
可可粉、腰果	蝦乾、魷魚乾	魚露、魚乾

⑪ 就業機會及基本態度

就業機會：中美貿易戰開打後，各國的投資大量轉進越南，因此就業機
　　　　　會大增。

語　　言：在越南當地，如果會說一點越南語，將能為工作及日常生活帶
　　　　　來很大的便利及樂趣。至於學習什麼口音，建議若沒有得選擇
　　　　　的話，則學習北方口音，但若可以選擇的話，就學習你即將派
　　　　　駐地區的口音。不然學習了一段時間，人卻放錯地方，一開始
　　　　　聽是很痛苦的，更別說講了。

心　　態：在自己設定的生涯規劃時間內，全心投入、努力去做。以平
　　　　　等開放、互相尊重的態度待人處事，並拋開「我們台灣如何
　　　　　如何」等不必要的優越感，傾聽周遭人的意見。最後，盼大
　　　　　家在越南當地，都能融入越南社會、享受工作。

kẹo dồi lạc
花生糖

hạt điều
腰果

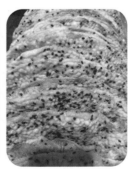
bánh đa
紅面皮

bộ pha cà phê
咖啡器具

認識越南語

❶ 越南語所使用的文字

　　越南語原本沒有文字，曾有一段很長的時間都是使用漢字，後來在14～15世紀，越南的一些菁英份子有感於越南是一個獨立的國家，卻沒有自己國家的文字，所以研究出一個新的文字系統稱作「喃字」（chữ Nôm）。但可能是太難的關係，「喃字」並不受到越南百姓的歡迎，只有達官貴人、菁英份子或好人家的子女才讀得懂。由於流通性不高，所以當時大部分的越南百姓還是文盲。

　　到了17世紀中葉，法國人殖民越南時，為了方便統治越南人民，所以用聖經傳教。在傳教的過程中，法國人碰到一個最大的問題就是不懂「漢字」也不懂「喃字」，而越南人又不懂「法文」。難上加難的情況下，法國人很聰明地想出，利用法文原有的、羅馬拼音式的拉丁字母體系，再加上一些符號表示跟法文不同，以此新創文字來翻譯聖經，並向越南人傳教。意外的是，越南百姓對這個新文字系統的接受度很高：一看就懂、一學就會。

　　1945年9月2日在越南河內八庭廣場，胡志明主席正式宣布：將越南語定為越南的國語，並將該拉丁文字系統定為越南的國字。

❷ 越南語的不同口音

（1）北部：以首都河內（Hà Nội）口音為主。

（2）中部：以順化古都（Huế）口音為主。

（3）南部：以胡志明市（Thành Phố Hồ Chí Minh）口音為主。

　　以上各地區的口音，雖然在某些詞彙與聲調符號上有不同用法（更別說還有各地方言了），但隨著電視、報紙等傳播媒體的進步，大家已漸漸熟悉不同口音。時至今日，溝通中的雙方，無論使用的是北、中、還是南部口音，彼此都能互相理解，很少有誤解的狀況發生。

❸ 越南語的字母與發音

越南語使用的是拼音文字，共有29個字母，每個字母都可以單獨發音，分為12個單母音和17個單子音。

除了基本的單個字母之外，也有由2～3個字母組合成的發音，分為11個雙子音（由兩個子音組成的）、23個雙母音（由兩個母音組成的）、10個三母音（由三個母音組成的）及各尾音與多母音結合之發音。

以上各類發音還會搭配6個聲調符號，作出不同聲調的高低變化。請見下列3個簡單的例子：

越南語的音節結構

單字	單子音	單母音	聲調	尾音
ba	b	a	-	
má	m	a	'	
tốt	t	ô	'	t

❹ 越南語中的外來語

種類	例如
純越語	cơm（飯）、chào（你好）、mời（請）
漢語外來語	lý luận（理論）、quản lý（管理）、cao（高）
英文外來語	yoga（瑜珈）、ti-vi（電視）、Pilippin、Xingapo
法文外來語	tắc xi-taxi（計程車）、xe buýt-bus（公車）

❺ 越南語輸入法

電腦或手機在語言設定新增越南語Tiếng Việt鍵盤，並按照以下公式就能打越南語了：

as = á	af = à	aj = ạ	ar = å	ax = ã	
aw = ă	aa = â	ee = ê	dd = đ	ow = ơ	uw = ư

⑥ 如何學習越南語的發音？

嘴型很重要，嘴型放對發音就標準，嘴型放錯了再怎麼模仿，發音都是不標準的。

學好每個字母的發音特徵，並盡量避免用「ㄅㄆㄇ」標註越南語發音，因為有一些音是無法用「ㄅㄆㄇ」來標註的，也容易導致以後發音不標準、看到字卻唸不出來的情況。

⑦ 使用越語交談時的注意事項

問　　候：學會問候語，並主動打招呼。

稱　　謂：對越南人而言，稱謂非常重要，它表現說話者跟聽話者之間關係的親疏、長幼輩分、社會地位高低、公司職位關係……等等，若是用錯了稱謂，會顯得沒有禮貌。

手　　勢：當看到越南朋友雙手交叉環抱在胸前時，那是一種十分恭敬的表現，不要誤會。

男女間的稱呼：若女性歲數大於男生，女性會自稱「Chị」，男性則自稱「Em」。但兩人若是戀愛，互相承認了對方，女性就會開始自稱「Em」，而男性自稱「Anh」。

Em 女朋友 **Anh** 男朋友

越南語的字母與發音

1 越南語字母（單母音與單子音） ♪ MP3-01

越南語有29個字母，分成12個母音字母（單母音）和17個子音字母（單子音）。與英文字母相比，少了F、J、W、Z，而多了Ă、Â、Đ、Ê、Ô、Ơ、Ư。29個字母如下：

A a	Ă ă	Â â	B b	C c
D d	Đ đ	E e	Ê ê	G g
H h	I i	K k	L l	M m
N n	O o	Ô ô	Ơ ơ	P p
Q q	R r	S s	T t	U u
Ư ư	V v	X x	Y y	

（1）單母音

越南語的母音，有單母音，也有多個母音組合成的雙母音、三母音。以下先來認識單母音的發音方式。

單母音	相近注音	說明
a	類似ㄚ	・類似ㄚ，但舌頭往內縮，向喉嚨壓迫。 ・長音。如果a後面有尾音，要等a發音完整後，才讓尾音收尾。
ă		・類似ㄚ，但舌頭往內縮，向喉嚨壓迫。 ・短音，比a更短促。只用在有尾音的單字，讓尾音更快收尾。放在單字中時，ă這個字母唸成上揚的銳聲聲調（「銳聲」是越南語中的第二個聲調符號，在介紹聲調符號時將有詳細解說）。
o	類似ㄛ	・嘴巴張得比ㄛ大，但舌頭往內縮，向喉嚨壓迫。
ô		・類似ㄛ，舌頭放鬆，平放在下排牙齒後面即可。
ơ	類似ㄜ	・類似ㄜ，但嘴型比ㄜ大且圓。 ・長音。如果ơ後面有尾音，要等ơ發音完整後，才讓尾音收尾。
â		・類似ㄜ，但嘴型比ㄜ大且圓。 ・短音，比ơ更短促。只用在有尾音的單字，讓尾音更快收尾。放在單字中時，â這個字母唸成上揚短音。
e	類似 ㄝ／ㄟ	・類似ㄝ，但舌頭根部拱起，感覺到喉嚨被壓迫。 ・嘴巴張得比ê扁。
ê		・類似ㄟ，但去掉尾音ㄧ。舌頭放鬆，平放在下排牙齒後面即可。 ・嘴巴張得比e大且圓。
i／y	ㄧ	・i為長音，y常用於搭配其他短音的母音。
u	ㄨ	・嘴巴成嘟嘴型。
ư		・類似「斯」去掉ㄙ的發音，舌頭不往前伸也不往後縮。 ・嘴型扁平。

（2）單子音

　　越南語的子音，有單子音，也有兩個子音組合成的雙子音。以下依照發音部位來分類，先一起來認識越南語17個單子音的發音方式。

① 唇音

單子音	相近注音	發音位置	說明
p	ㄅ	上唇碰觸下唇，發音時分開	練習分辨p-b： pa-ba, pi-bi, pe-be, pơ-bơ
b	濁音的ㄅ		類似注音ㄅ，但發音瞬間舌頭往內縮，向喉嚨壓迫。同台語「肉（bah）」的聲母。
m	ㄇ		
v	英文v		類似注音ㄈ，但舌頭往內縮，向喉嚨壓迫。

② 舌尖音

單子音	相近注音	發音位置	說明
t	ㄉ	舌頭放在上排牙齦後方	發音練習： ta-te-tê-ti-to-tô-tơ-tu-tư
đ	濁音的ㄉ		類似注音ㄉ，但發音瞬間舌頭往內縮，向喉嚨壓迫。
l	ㄌ		練習分辨l-đ： la-đa, lê-đê, lo-đo, lơ-đơ, lu-đu

③ 鼻音

單子音	相近注音	發音位置	說明
n	ㄋ	舌尖碰觸上顎，發音時分開	練習分辨l-n： la-na, lê-nê, lo-no, lơ-nơ

④ 舌根音

單子音	相近注音	發音位置	說明
c	《	舌根碰觸上顎，發音時分開	c後面只搭配ê、e、i以外的母音
k			k後面只搭配母音ê、e、i
h	英文h	舌根接近上顎，氣流保持暢通	類似注音ㄏ，但是呼出的氣流比ㄏ輕，沒有與喉嚨摩擦。

⑤ 舌面音（又稱舌尖音）

單子音	相近注音	發音位置	說明
d	濁音的ㄗ／一	舌尖碰觸上顎	越南北部發音：同英文的z，類似注音ㄗ，但牙齒間氣流要震動。 越南南部發音：注音一
x	ㄙ		練習分辨x-s： xa-sa, xe-se, xô-sô, xσ-sσ

⑥ 捲舌音

單子音	相近注音	發音位置	說明
s	ㄕ／ㄙ	先捲舌再發音	越南北部發音：ㄙ 越南南部發音：ㄕ
r	ㄖ／不捲舌ㄖ	上下牙齒先合起來再發音	越南北部發音：接近ㄖ，但不捲舌。 越南南部發音：ㄖ

⑦ 分辨c-g

c短音，在喉嚨最上面的地方發出聲音。 例如：ca, co, cô, cσ, cu, cư	g是長音，在喉嚨最下面的地方發出聲音。 例如：ga, go, gô, gσ, gu, gư

（3）拼音練習 ♪ MP3-02

① 塞音 vs. 鼻音（發音位置相同）

	塞音	鼻音（發音位置相同）
1	Pi 圓周率	mi 眼瞼
2	ta 咱	na 釋迦
3	chỉ 只	nhỉ 呢
4	ca 班次	Nga 俄羅斯

② 清音 vs. 濁音（發音位置相同）

	清音	濁音（發音位置相同）
1	Pi 圓周率	bi 悲
2	tê 麻木	đê 堤岸
3	ca 班次	ga 車站
4	nha 唷	Nga 俄羅斯

③ 不送氣 vs. 送氣

	不送氣	送氣
1	Pi 圓周率	phi 非
2	tủ 櫃子	thủ 防守
3	ghi 錄音	khi 當……時

④ 易混淆的子音（輔音）

	易混淆的子音（輔音）	
1	rẻ 便宜的	lẻ 奇數
2	ra 出去	da 皮膚
3	che 覆蓋	tre 竹子
4	cho 給予	do 由
5	đo 測、測量	lo 擔心

（4）單字練習 ♪ MP3-03

ga xe 車站	si mê 痴迷
đi xa 出遠門	no nê 飽
đi ra 出去	ba má / bố mẹ 爸爸媽媽
đi vào 進來	di cư 移民
ba lô 背包	ti-vi 電視
cô-ca 可樂	xe ô-tô 汽車
sô-cô-la 巧克力	da dê 羊皮

2 聲調符號 ♪ MP3-04

越南語有6個聲調，分別是平聲、銳聲、玄聲、問聲、跌聲、重聲。

聲調非常重要，因為聲調不同，往往使詞彙的意思相差甚遠，所以希望大家確實學好聲調，才能精準辨別每個詞彙的意思。讓我們一起來認識聲調吧！

（1）聲調表

聲調	平聲	銳聲	玄聲	問聲	跌聲	重聲
調號	無	´	`	?	~	•
特徵	長音	高短音	中音	中短音	長音	低重音
	音平平穩穩的	音快、直接上揚	音從高降下	音中短再上揚	音低但長	短促音
例字	ma	má	mà	mả	mã	mạ
	la	lá	là	lả	lã	lạ
	ca	cá	cà	cả	cã	cạ

（2）各個聲調的特色

平聲 ngang	・中平調，從頭到尾都保持同樣高度。長音。 ・比中文的一聲低。	 ・平聲　・中文一聲
銳聲 sắc	・高升調，從中等抬升到最高。長音。 ・像中文的二聲。	 ・銳聲　・中文二聲
玄聲 huyền	・低平調，最後下降到最低。長音。 ・類似中文三聲的前半段，但發音持續更長。	 ・玄聲　・中文三聲前半
問聲 hỏi	・降升調，一開始從中等下降到最低，再抬升回中等。長音。 ・與中文的三聲相比，抬升更高，且有中斷。	 ・問聲　・中文三聲
跌聲 ngã	・高升調，起初中等，緊喉並中斷，再突然抬升到最高。稍長音。 ・與中文的三聲相比，抬升更高，且有中斷。	 ・跌聲　・中文三聲
重聲 nặng	・低降調，從中等稍微下降到次低，然後緊喉且中斷。短音。 ・類似中文「媽媽」的第二個「媽」的輕聲。	 ・重聲　・中文一聲後的輕聲

（3）分辨聲調　♪ MP3-05

　　以下舉出幾個看似拼法相同，但聲調、意思大不同的例子，請大家練習看看，是否都能分辨出來呢？

聲調練一練

1	平聲	ma　鬼	4	平聲	Nga　俄羅斯
	銳聲	má　媽媽		跌聲	ngã　跌倒
2	平聲	câu　釣	5	平聲	ma　鬼
	玄聲	cầu　橋		重聲	mạ　苗
3	平聲	lâu　久			
	問聲	lẩu　火鍋			

（4）聲調該標示在哪裡？

①一般來說，聲調會放在該母音的上方或下方，例如：

　　ma、má、mà、mả、mạ

②若詞彙中含有雙母音或三母音，聲調會放在倒數第二個母音，例如：

　　mùa、lái、buổi、cuối、cười、rượu

③若詞彙中含有尾音，聲調則會放在靠尾音最近的母音，例如：

　　muốn、cánh、thường、tốt、ném、lúc

④有兩個雙母音較特別，就是「uơ」和「uê」。因為「ơ」和「ê」的音較重、較長，所以聲調會放在「ơ」或「ê」，例如：

　　thuế、Huế、tuệ、thuở

（5）拼音練習 ♪ MP3-06

聲調	拼音	單字	中譯
1. 平聲	nay	hôm nay	今天
	bay	sân bay	機場
	liên	liên hoan	聚餐
2. 銳聲	chú	chú ý	注意
	cố	cố gắng	努力
	cấp	cấp cứu	急救
3. 玄聲	mì	mì gà	雞肉麵
	về	về nhà	回家
	mùa	mùa hè	夏天
4. 問聲	bảo	bảo đảm	保證
	bỏ	hủy bỏ	取消
	phở	phở bò	牛肉河粉
5. 跌聲	mãi	mãi mãi	永遠
	hãi	sợ hãi	害怕
	nghĩ	suy nghĩ	深思熟慮
6. 重聲	viện	bệnh viện	醫院
	học	đại học	大學
	sự	lịch sự	禮貌

（6）句子練習 ♪ MP3-07

· Hôm nay em đi sân bay ăn liên hoan. 今天我去機場聚餐。

· Cần phải chú ý an toàn cá nhân. 必須注意個人安全。

· Mùa hè ăn mì gà rất ngon. 夏天吃雞肉麵很好吃。

3 雙子音 ♪ MP3-08

　　雙子音是由兩個子音組成的（除了「gi」、「qu」、「ngh」之外）。越南語有11個雙子音，其中「ng」跟「ngh」、還有「g」跟「gh」的發音相同。讓我們一起來認識雙子音吧！

（1）雙子音表

ch	gh	gi	kh
ng	ngh	nh	
ph	qu	th	tr

（2）拼音練習 ♪ MP3-09

雙子音	拼音	單字	中譯
1. ch	chúc	chúc mừng	恭喜
	chơi	đi chơi	去玩
	chuối	quả chuối	香蕉
2. gh	ghi	ghi âm	錄音
	ghế	bàn ghế	桌椅
3. gi	gì	cái gì	什麼
	giờ	bây giờ	現在
	gia	gia đình	家庭
4. kh	khô	nho khô	葡萄乾
	khi	khi nào	什麼時候
	không	không có	沒有

雙子音	拼音	單字	中譯
5. ng	Nga	nước Nga	俄國
	ngon	ngon lắm	很好吃
	ngủ	chúc ngủ ngon	晚安
6. ngh	nghĩ	suy nghĩ	深思、思考
	nghỉ	ngày nghỉ	假日
	nghe	nghe tiếng Việt	聽越南語
7. nh	nho	nho khô	葡萄乾
	nhớ	nhớ nhà	想家
	nhà	về nhà	回家
8. ph	pha	pha trà	泡茶
	phở	phở hải sản	海鮮河粉
	phí	lãng phí	浪費
9. qu	quê	về quê	回家鄉
	quả	hoa quả / trái cây	水果
	quá	quá đáng	過分
10. th	thịt	thịt lợn / heo	豬肉
	thích	sở thích	興趣
	thuê	thuê nhà	租房子
11. tr	trà	trà sữa	奶茶
	trên	bên trên	上面
	trong	bên trong	裡面

（3）句子練習 🎵 MP3-10

· Bây giờ cái gì cũng đắt. 現在什麼都貴。

· Chúc ngủ ngon! 晚安！

· Anh ấy đang nghe tiếng Việt. 他正在聽越南語。

· Bố đang pha trà. 爸爸正在泡茶。

· Em về quê ăn hoa quả. 我回家鄉吃水果。

· Trà sữa ở trên bàn. 奶茶在桌上。

4 雙母音 ♪ MP3-11

越南語共有23個雙母音，皆由兩個母音組成。

（1）雙母音表

ai	ay	ây	ao	au	âu	eo	êu	iu	ia
oa	oe	oi	ôi	ơi					
ua	uê	ui	uơ	uy	ưa	ưi	ưu		

（2）分辯「ai / ay」、「ao / au」和「oa / ua」發音的差異 ♪ MP3-12

ai — ay		ao — au		oa — ua	
mai	may	lao	lau	toa	tua
lai	lay	sáo	sáu	lóa	lúa
hai	hay	mao	mau	hỏa	hủa
cai	cay	cháo	cháu	moa	mua
chai	chay	cao	cau	xoa	xua

ai：長音的a跟短音的i結合，因此會發短音。

ay：長音的a跟長音的y結合，因此會發長音。

ao：長音的a跟圓嘴型的o結合，因此會發出圓嘴型的音。

au：長音的a跟嘟嘴型的u結合，因此會發出嘟嘴型的音。

oa：圓嘴型的o跟長音的a結合，因此會發出圓嘴型的音。

ua：嘟嘴型的u跟長音的a結合，因此會發出嘟嘴型的長音。

（3）拼音練習 ♪ MP3-13

雙母音	拼音	單字	中譯
ai	mai	ngày mai	明天
	hai	hai người	兩個人
ay	bay	máy bay	飛機
	chay	ăn chay	吃素
ây	mấy	mấy người	幾個人
	bây	bây giờ	現在
ao	nào	khi nào	什麼時候
	cháo	cháo gà	雞肉稀飯
au	sáu	thứ sáu	星期五
	lau	lau nhà	拖地、擦地
âu	châu	châu Âu	歐洲
	nấu	nấu cơm	煮飯
eo	leo	leo núi	爬山
	kẹo	kẹo sô-cô-la	巧克力糖
êu	nếu	nếu như	如果
	kêu	kêu ca	抱怨
iu	xíu	bé xíu	小小的
	chịu	chịu khó	勤勞
ia	bia	bia hơi Hà Nội	河內啤酒
	mía	nước mía	甘蔗汁
oa	tòa	tòa nhà	大樓
	hỏa	tàu hỏa	火車

雙母音	拼音	單字	中譯
oe	khỏe	to khỏe	壯大
	khoe	khoe tài	逞強
oi	nói	nói tiếng Việt	說越南語
	hỏi	xin hỏi	請問
ôi	nội	Hà Nội	河內
	mỗi	mỗi ngày	每天
ơi	bơi	đi bơi	去游泳
	mời	mời ngồi	請坐
ua	mua	mua nhà	買房子
	mùa	mùa thu	秋天
uê	thuê	thuê nhà	租房子
	Huế	món ăn Huế	順化菜餚
ui	núi	leo núi	爬山
	vui	vui vẻ	快樂
uơ	thuở	thuở nhỏ	小時候
uy	hủy	hủy bỏ	取消
	suy	suy nghĩ	深思熟慮
ưa	mưa	mùa mưa	雨季
	sữa	trà sữa	奶茶
ưi	gửi	gửi thư	寄信
	chửi	chửi bới	辱罵
ưu	cứu	cấp cứu	急救
	hưu	về hưu	退休

（4）句子練習 ♪ MP3-14

- Ngày mai là thứ mấy? 明天是星期幾？
- Món ăn Huế rất ngon. 順化菜餚很好吃。
- Thứ sáu, em sẽ đi Châu Âu chơi. 星期五我將去歐洲玩。
- Cháo gà vừa ngon lại vừa bổ. 雞肉稀飯又好吃又營養。
- Mời anh uống bia hơi Hà Nội.
  請哥哥喝河內啤酒。
- Đài Loan có tòa nhà 101.
  台灣有101大樓。
- Khi về hưu, anh ấy sẽ mua nhà.
  退休時，他會買房子。
- Thuở nhỏ, em rất vui vẻ.
  小時候我很快樂。

bia hơi Hà Nội
河內啤酒

5 三母音 ♪ MP3-15

越南語共有10個三母音，皆由三個單母音組成。

（1）三母音表

oai	oay	uây	uya	oeo
iêu	uôi	uyu	ươi	ươu

（2）拼音練習 ♪ MP3-16

三母音	拼音	單字	中譯
oai	xoài	xoài xanh	芒果青
	thoải	thoải mái	舒服
oay	xoáy	gió xoáy	龍捲風
uây	khuây	giải khuây	解悶
uya	khuya	đêm khuya	深夜
oeo	ngoéo	ngoéo tay	勾手指
iêu	siêu	siêu thị	超市
	chiều	buổi chiều	下午
uôi	chuối	ăn chuối	吃香蕉
	cuối	thi cuối kỳ	期末考
uyu	khuỷu	khuỷu tay	手肘
ươi	tươi	rau tươi	新鮮的蔬菜
	người	người Pháp	法國人
ươu	rượu	rượu nho	葡萄酒
	hươu	hươu cao cổ	長頸鹿

（3）句子練習 ♪ MP3-17

· Em ấy rất thích ăn xoài xanh. 她很喜歡吃芒果青。

· Buổi chiều chị ấy đi siêu thị. 下午她去超市。

· Đêm khuya ăn chuối giải khuây. 深夜吃香蕉解悶。

· Người Pháp thích uống rượu nho. 法國人喜歡喝葡萄酒。

· Hươu cao cổ đáng yêu lắm. 長頸鹿很可愛。

· Anh ấy không yêu thi cuối kỳ. 他不愛期末考。

· Siêu thị có bán rau tươi. 超市有賣新鮮的蔬菜。

6 尾音 ♪ MP3-18

越南語有8個尾音，以下依照尾音的發音位置分類，整理成表格：

（1）尾音表

尾音＼單母音	雙唇		舌頭尖端		舌頭根部		舌面	
	-p	-m	-t	-n	-c	-ng	-ch	-nh
a	ap	am	at	an	ac	ang	ach	anh
ă	ăp	ăm	ăt	ăn	ăc	ăng		
ơ	ơp	ơm	ơt	ơn				
â	âp	âm	ât	ân	âc	âng		
ư			ưt		ưc	ưng		
o	op	om	ot	on	oc	ong		
ô	ôp	ôm	ôt	ôn	ôc	ông		
u	up	um	ut	un	uc	ung		
e	ep	em	et	en	ec	eng		
ê	êp	êm	êt	ên			êch	ênh
i	ip	im	it	in			ich	inh

（2）拼音練習 ♪ MP3-19

尾音	拼音	單字	中譯
p	đạp	xe đạp	腳踏車
	lớp	lớp học	教室、班級
	đẹp	đẹp gái	漂亮
m	xem	xem phim	看電影
	tôm	tôm hùm	龍蝦
	kem	ăn kem	吃冰淇淋
t	thịt	thịt lợn / heo	豬肉
	tết	ngày tết	過年
	tốt	tốt tính	個性好

尾音	拼音	單字	中譯
n	liên	liên hoan	聚餐
	chín	chín người	九個人
	xin	xin hỏi	請問
c	phục	phục vụ	服務
	các	các bạn	同學們
	học	đi học	上學
ng	mừng	chúc mừng	恭喜
	chưng	bánh chưng	越南粽子
	hàng	ngân hàng	銀行
ch	khách	khách sạn	飯店
	lịch	lịch sự	禮貌
	thích	sở thích	興趣
nh	chanh	trà chanh	檸檬茶
	hạnh	hạnh phúc	幸福
	canh	canh cá	魚湯

（3）句子練習 ♪ MP3-20

- Em xem phim "bánh chưng của ngày tết".
  我看電影《過年的粽子》。

- Chúc các bạn hạnh phúc.
  祝同學們幸福。

- Hôm nay lớp học có liên hoan.
  今天教室有聚餐。

bia Sài Gòn
西貢啤酒

- Các bạn của em rất tốt tính.
  我的同學們個性很好。

- Sở thích của em là ăn tôm hùm, ăn kem và uống trà chanh.
  我的興趣是吃龍蝦、冰淇淋和喝檸檬茶。

- Khách sạn này phục vụ rất có lịch sự.
  這家飯店，服務很有禮貌。

Chào hỏi

打招呼

Hội thoại | 會話

1 Dung và Vinh lần đầu gặp nhau.

蓉小姐和榮先生第一次見面。 ♪ MP3-21

Dung : Chào anh!

Vinh : Chào em!

Dung : Em tên là Thu Dung. Xin hỏi, anh tên là gì ạ?

Vinh : Anh tên là Vinh.

Dung : Rất vui được gặp anh ạ!

Vinh : Anh cũng vậy.

Dung : Chào anh! Hẹn gặp lại!

Vinh : Chào em! Hẹn gặp lại!

蓉：你好！
榮：妳好！
蓉：我的名字是秋蓉。請問你叫什麼名字？
榮：我的名字是榮。
蓉：很高興見到你！
榮：我也是。
蓉：再見！再會！
榮：再見！再會！

❷ Vy và Lan lần thứ hai gặp lại nhau.

薇和蘭第二次見面。 ♪ MP3-22

Vy : Chào Lan! Lâu quá không gặp! Lan có khỏe không?

Lan: Lan khỏe, còn Vy?

Vy : Vy cũng vậy, cám ơn Lan!

Lan: Rất vui được gặp lại Vy!

Vy : Chào Lan! Hẹn gặp lại!

Lan: Chào Vy! Hẹn gặp lại!

薇：蘭同學好！好久不見！妳好嗎？
蘭：我好，妳呢？
薇：我也是，謝謝妳！
蘭：很高興再次見到妳！
薇：再見！再會！
蘭：再見！再會！

chào 你好	**bạn** 同學、朋友	**anh** 哥哥
chị 姐姐	**lâu** 久	**quá** 很、太
đến 到	**không** 不	**ạ** 敬語（放在句尾）
có 有	**không có** 沒有	**gặp** 見、見面
vui 開心	**còn** 呢、還有	**cám ơn =cảm ơn** 謝謝
rất 很	**là** 是	**gì** 什麼
cũng vậy 也是	**khỏe** 健康	**không khỏe** （身體）不好
bình thường 還好	**hẹn gặp lại** 再會	**tạm biệt** 再見

❶ 問與回答名字

「tên」放在主語的後面	「tên」放在主語的前面
・Em tên là gì? 　妳的名字是什麼？ ・Em tên là Lan. 　我的名字是蘭。	・Tên em là gì? 　妳的名字是什麼？ ・Tên em là Lan. 　我的名字是蘭。

　　以上兩組句子的內容是一樣的，差別在「tên」（名字）放在主語的後面跟「tên」放在主語的前面。只要選擇其中一個句子來問別人的名字就可以了。

❷ 打招呼的方式

　　「Chào」可用來打招呼，也可用來表示「再見」。

・Chào bạn! 同學好！／同學再見！

・Chào anh! 哥哥好！／哥哥再見！

・Chào chị! 姐姐好！／姐姐再見！

打招呼的方式

用法	例如
chào＋名字	・Chào Lan! 蘭好！ ・Chào Mai! 梅好！
chào＋人稱代名詞	・Chào bạn! 同學好！ ・Chào chị! 姐姐好！
chào＋人稱代名詞＋名字	・Chào bạn Lan! 蘭同學好！ ・Chào chị Mai! 梅姐姐好！

「Xin chào」（你好）主要用於跟任何人初次見面時，是有禮貌並向對方表示尊重的招呼語。使用上不分對象與年齡。

在越南常聽到的打招呼方式

	第二人稱代名詞	中譯
Chào	ông	阿公（年紀大的男性）、您（有身分地位的男性）
	bà	阿嬤（年紀大的女性）、您（有身分地位的女性）
	anh	哥哥
	chị	姐姐
	thầy	男老師
	cô	女老師
	em	妹妹、弟弟
	bạn	同學、朋友

❸ 越南人的名字

越南人命名方式

Họ ＋ tên đệm ＋ tên	姓 ＋ 墊名 ＋ 名
Đinh Thu Dung	丁 秋 蓉

在越南，老一輩的父母幫孩子取名時，一般會在中間加上「氏」表示是女性，加上「文」或「如」則表示是男性。

例如 Ví dụ
- Đinh Thị Dung 丁氏蓉
- Lê Văn Đại 黎文大
- Trần Như Nam 陳如南

現在的父母會幫孩子取較好聽、有好涵義的名字，因此會將「氏」、「文」或「如」等字省略掉，再加上好聽的墊名。

Ví dụ 例如
- Đinh Thu Dung　丁秋蓉
- Lê Minh Đại　黎明大
- Trần Ngọc Nam　陳玉南

常見的越南姓氏

Nguyễn 阮	Trần 陳	Lê 黎	Phạm 范	Hoàng/Huỳnh 黃	Lý 李
Đinh 丁	Đặng 鄧	Bùi 裴	Đỗ 杜	Hồ 胡	Trịnh 鄭

❹ 越南語的「謝謝」

越南語的謝謝是「cám ơn」，或「cảm ơn」也是一樣的意思。

Ví dụ 例如
- Cám ơn anh!　謝謝哥哥！
- Cám ơn chị!　謝謝姐姐！
- Cám ơn cô!　謝謝女老師！

❺ 稱呼老師

在越南語裡，對男老師和女老師有不同的稱謂。

對男老師的稱謂	對女老師的稱謂
Thầy giáo 簡稱：Thầy	Cô giáo 簡稱：Cô

⑥ 疑問句「có...không?」

「có...không?」是「有……嗎？」的意思。「có」有時可以省略。此疑問句有兩種回答的方式：肯定與否定。

Bạn có khỏe không? 你好嗎？	
1. 肯定	2. 否定
• Tôi khỏe. 我好。	• Tôi không khỏe. 我不好。
• Tôi bình thường. 我還好。	• Tôi không khỏe lắm. 我不是很好。

⑦ 「gì」的用法

「gì」（什麼）是疑問代名詞，通常會放在句尾。

- A: Bạn tên là gì? 妳叫什麼名字？

  B: Tôi tên là Dung. 我的名字是蓉。
- A: Bạn thích ăn gì? 你喜歡吃什麼？

  B: Tôi thích ăn bún thịt nướng. 我喜歡吃烤肉米線。

⑧ 「là」的用法

「là」（是）是動詞，一般會放在名詞、代詞或人稱代名詞的後面，有時候也可以省略。

- Tôi tên là Dung. 我的名字是蓉。
- Tôi tên Dung. 我叫蓉。

❾ 「quá」的用法

　　「quá」（太、很）是副詞，用來描述程度，可放在形容詞的前面或後面。

「quá」的用法比較

用法	形容詞＋quá	quá＋形容詞
例如	• lâu quá　好久 • Lâu quá không gặp. 　好久不見。	• quá lâu　太久 • Quá lâu không gặp. 　太久沒見。

Luyện tập | 練習

1 請根據以下的圖片練習打招呼

範例：

A: Chào chị! Chị có khỏe không?　妳好！妳好嗎？

B: Chào anh! Tôi khỏe, cám ơn anh!　你好！我好，謝謝你！

（1）A: ＿＿＿＿＿＿＿＿＿＿＿＿　（2）A: ＿＿＿＿＿＿＿＿＿＿＿＿

　　　B: ＿＿＿＿＿＿＿＿＿＿＿＿　　　　 B: ＿＿＿＿＿＿＿＿＿＿＿＿

2 請完成以下對話

（1）A: Em tên ＿＿＿＿＿＿＿＿ gì?

　　　B: Em ＿＿＿＿＿＿＿＿ Dung.

（2）A: Lâu ＿＿＿＿＿ không ＿＿＿＿＿. Anh ＿＿＿＿＿ không?

　　　B: Dạ, ＿＿＿＿＿＿＿＿ khỏe. Cám ơn ＿＿＿＿＿＿＿!

3 請寫出下列問題的答句

（1）Anh tên là gì?

＿＿＿＿＿＿＿＿＿＿＿＿＿＿＿＿＿＿＿＿＿＿＿＿

（2）Anh có khỏe không?

＿＿＿＿＿＿＿＿＿＿＿＿＿＿＿＿＿＿＿＿＿＿＿＿

（3）Bạn thích ăn gì?

＿＿＿＿＿＿＿＿＿＿＿＿＿＿＿＿＿＿＿＿＿＿＿＿

（4）Bạn tên là gì?

＿＿＿＿＿＿＿＿＿＿＿＿＿＿＿＿＿＿＿＿＿＿＿＿

Góc văn hóa 文化花絮　講究禮貌的越南人

（1）非言語動作

　　越南人非常重視禮貌，特別是在打招呼的時候。晚輩跟長輩打招呼的同時，會雙手交疊平貼在胸前，稍微彎著腰再說出招呼語，這是最有禮貌與教養的打招呼方式。因此，越南人在孩子還很小的時候，就會教他們要這樣跟長輩打招呼。

跟長輩打招呼時　　　　跟同輩（同學、朋友）打招呼時

（2）雙手取物

　　當長輩拿東西給晚輩時，或晚輩拿東西給長輩時也一樣，晚輩要用雙手來拿取、遞送物品，這是禮貌的行為。因此，越南人在孩子還很小的時候，就教他們要這樣做了。

雙手取物

（3）喜歡用敬語

越南人在說話時非常喜歡用敬語。比如跟長輩打招呼時會用「ạ」（語助詞，放在句尾）、「vâng, dạ」（敬語，放在句首）等表示尊敬。

Ví dụ 例如
- Chào anh ạ! 哥哥你好！
- Dạ, em khỏe. 是的，我好。

（4）先稱呼自己再打招呼

用越南語打招呼時，先稱呼自己再打招呼是非常有禮貌的。

Ví dụ 例如
- Em chào thầy ạ! 男老師好！
- Em chào cô ạ! 女老師好！

thầy giáo
男老師

cô giáo
女老師

Anh là người Đài Loan

我是台灣人

Hội thoại | 會話

① Dung và Vinh lần đầu gặp nhau.

蓉小姐和榮先生初次見面。 ♪ MP3-24

Dung : Chào anh ạ!

Vinh : Chào em! Anh tên là Vinh.

Dung : Em tên là Dung ạ! Xin hỏi, anh là người nước nào?

Vinh : Anh là người Đài Loan. Em là người Việt Nam, phải không?

Dung : Dạ, phải. Em là người Việt Nam.

Vinh : Chào em nhé!

Dung : Hẹn gặp lại anh ạ!

蓉：你好！
榮：妳好！我的名字是榮。
蓉：我的名字是蓉。請問，你是哪國人？
榮：我是台灣人。妳是越南人，是嗎？
蓉：是的，我是越南人。
榮：再見！
蓉：再會！

❷ Dung và Lan lần đầu tiên gặp nhau.

蓉和蘭初次見面。 ♪ MP3-25

Dung : Xin lỗi, bạn là người Hàn Quốc, phải không?

Lan : Dạ, không. Mình là người Đài Loan. Bạn là người nước nào?

Dung : Mình là người Việt Nam. Bạn biết nói tiếng Việt không?

Lan : Mình biết nói một chút tiếng Việt.

Dung : Dung biết nói một chút tiếng Trung. Bạn tên là gì?

Lan : Mình tên là Lan. Rất vui được gặp bạn!

Dung : Mình tên là Dung. Rất vui được gặp bạn!

蓉：不好意思，妳是韓國人，是嗎？
蘭：不是，我是台灣人。妳是哪國人？
蓉：我是越南人。妳會說越南語嗎？
蘭：我會說一點越南語。
蓉：我會說一點華語。妳的名字是什麼？
蘭：我的名字是蘭。很開心能見到妳！
蓉：我的名字是蓉。很開心能見到妳！

mình 我（較親切的稱呼自己）	**em** 我（是晚輩用來稱呼自己的）	**phải không** 是嗎？
không phải 不是	**phải** 是	**vâng / dạ** 是的（敬語）
nhé 囉（語助詞）	**xin lỗi** 不好意思、對不起	**người nước nào** 哪國人
người Hàn Quốc 韓國人	**người Đài Loan** 台灣人	**biết / biết nói** 會、知道／會說
tiếng Việt 越南語	**một chút** 一點	**gặp** 見面

người Nhật Bản
日本人

người Việt Nam
越南人

người Đài Loan
台灣人

người Hàn Quốc
韓國人

Ngữ pháp | 文法解說

❶ 國籍的說法

問	答
Em là người nước nào? 你是哪國人？	Em là người＋國家 我是人＋國家

Ví dụ
例如
- Em là người Đài Loan.　我是台灣人。
- Em là người Việt Nam.　我是越南人。
- Em là người Nhật Bản.　我是日本人。

❷ 「nào?」的用法

「nào」（哪）是疑問代名詞，通常會放在名詞的後面。

Ví dụ
例如
- người nào?　哪個人？
- nước nào?　哪個國家？
- cái nào?　哪一個？
- chỗ nào?　哪裡？
- bạn nào?　哪位朋友？

❸ 「phải không?」的用法

「phải không?」（是嗎？）是附加問句，用來確認前面所說的內容。回答時會使用「phải」或「không phải」來表示肯定或否定。在「phải」或「không phải」的前面加上「dạ」是非常有禮貌的，也表示很尊敬對方。

Ví dụ
例如
- A：Anh là sinh viên, phải không?　哥哥是大學生，是嗎？
  B1: Dạ, phải. (Vâng ạ.)　是的。
  B2: Dạ, không phải.　不是。

- A : Em là học sinh, phải không? 妳是學生，是嗎？

  B1: Dạ, phải. (Vâng ạ.) 是的。

  B2: Dạ, không phải. 不是。

- A : Chị là người Việt Nam, phải không? 姐姐是越南人，是嗎？

  B1: Dạ, phải. (Vâng ạ.) 是的。

  B2: Dạ, không phải. 不是。

4 國家、語言的說法

người ＋ 國家 ＝ 該國人
tiếng ＋ 國家 ＝ 該國語言

國家	人	語言
Đài Loan 台灣	người Đài (Loan) 台灣人	tiếng Đài 台語
Việt Nam 越南	người Việt (Nam) 越南人	tiếng Việt 越南語
Mỹ 美國	người Mỹ 美國人	tiếng Mỹ 美語
Trung Quốc 中國	người Trung Quốc 中國人	tiếng Trung 華語
Nhật Bản 日本	người Nhật (Bản) 日本人	tiếng Nhật 日語
Pháp 法國	người Pháp 法國人	tiếng Pháp 法語

國家	人	語言
Anh 英國	người Anh 英國人	tiếng Anh 英語
Nga 俄羅斯	người Nga 俄羅斯人	tiếng Nga 俄語
Đức 德國	người Đức 德國人	tiếng Đức 德語
Hồng-Kông 香港	người Hồng-Kông 香港人	tiếng Quảng Đông 粵語
In-đô-nê-si-a 印尼	người Indonesia 印尼人	tiếng In-đô 印尼語
Xin-ga-po 新加坡	người Xin-ga-po 新加坡人	tiếng Anh 英語
Hàn Quốc 韓國	người Hàn (Quốc) 韓國人	tiếng Hàn 韓語
Thái Lan 泰國	người Thái (Lan) 泰國人	tiếng Thái 泰語

延伸句子：

· Em biết nói tiếng gì?（你會說什麼語言？）

· Em biết nói tiếng Trung, tiếng Anh, tiếng Đài và một chút tiếng

Việt.

（我會說中文、英文、台語和一點越南語。）

❺ 第三人稱代名詞單數

在越南語裡，只有「bố / mẹ」（爸／媽）不能加「ấy」（這個字要跟稱謂詞放在一起才有意思），其他的第二人稱代名詞單數後面都可以加「ấy」，變成第三人稱代名詞單數。

第二人稱代名詞	中譯	第三人稱代名詞	中譯
ông	爺爺、老先生	ông ấy	他（老先生）
bà	奶奶、老太太	bà ấy	她（老太太）
anh	哥哥	anh ấy	他 （年齡比自己大的男性）
chị	姐姐	chị ấy	她 （年齡比自己大的女性）
em	妹妹、弟弟	em ấy	她／他 （年齡比自己小的人）
cô	姑姑、女老師	cô ấy	她 （年齡比爸媽小的女性）
bạn	朋友、同學	bạn ấy	她／他 （同學／同事／朋友）
cậu	朋友、舅舅	cậu ấy	她／他（同年齡的朋友）
bác	伯父／伯母	bác ấy	她／他 （年齡比父母大的人）
dì	阿姨 （媽媽的妹妹）	dì ấy	她（特別用來稱呼「媽媽的妹妹」）

① 請根據以下的範例來完成句子

範例：anh ấy 他 ， Vinh 榮

    A: Anh ấy tên là gì? 他的名字是什麼？

    B: Anh ấy tên là Vinh. 他的名字是榮。

（1）chị ấy, Mai

    A: _____

    B: _____

（2）bác ấy, Minh

    A: _____

    B: _____

（3）chị, Hoa

    A: _____

    B: _____

② 請根據以下的範例來完成句子

範例：cô 姑姑 ， Việt Nam 越南

    A: Cô là người nước nào? 姑姑是哪國人？

    B: Cô là người Việt Nam. 姑姑是越南人。

（1）chị, Nhật Bản

    A: _____

    B: _____

（2）chị ấy, Thái Lan

    A: _____

    B: _____

（3）anh ấy, Pháp

    A: _____

    B: _____

（4）bác ấy, Anh

    A: _____

    B: _____

❸ 請根據以下的範例來完成句子

範例：cô 姑姑，tiếng Đài (Loan) 台語

    A: Cô biết nói tiếng Đài không? 姑姑會說台語嗎？

    B: Tôi biết nói một chút tiếng Đài. 我會說一點台語。

（1）chị, tiếng Nhật (Bản)

    A: _____

    B: _____

（2）chị ấy, tiếng Thái (Lan)

    A: _____

    B: _____

（3）anh ấy, tiếng Pháp

    A: _____

    B: _____

（4）bác ấy, tiếng Anh

    A: _____

    B: _____

Góc văn hóa
文化花絮

台越之間

（1）台越的好情誼

　　台灣人跟越南人的觀念與想法都很相近，因此往往有台商在越南做生意，一住就是30年。而許多越南人一來到台灣，也馬上適應這個環境，發現台灣人是如此的親切與熱情。台越的感情就像兄弟情、姊妹情，有時是夫妻情。這兩個國家在亞洲都是用筷子吃飯的，相近的地方真的很多。

越南的教育

（1）越南教育學制簡介

教育制度	內容
幼兒教育	對象是3至6歲的兒童。 目標在培養兒童思考與生活習慣。
基礎教育	共12年，分成三級：第一級為小學 第二級為中學 第三級為高中 小學（五年制）：對象是從6歲至11歲 中學（四年制）：對象是從11到15歲 高中（三年制）：對象是從15至18歲
高等教育	大學：4至6年 碩士：一般為2年 博士：一般為4年

（2）「我是學生」的越南語

　　日常生活中，被問及身分狀態時，越南語會很清楚地分出大學生（sinh viên）及其他不同教育程度的學生（học sinh）。但是在中文日常口語裡，一般不會很清楚地區分出來，就直接說：「我是學生。」

học sinh 學生

sinh viên 大學生

Lời ứng xử lịch sự

禮貌用語

Dung và Tâm nói chuyện qua điện thoại.

蓉和心講電話。 ♪ MP3-27

Tâm : Alô, em chào chị Dung ạ! Em là Tâm đây.

Dung: Alô, chào Tâm! Có chuyện gì không?

Tâm : Sáng mai phiền chị chở em đi học cùng với ạ.

Dung: Được, sáng mai chị sẽ đến đón em nhé.

Tâm : Thật làm phiền chị quá!

Dung: Không sao, em đừng khách sáo quá! Chị rất vui vì được giúp em!

Tâm : Dạ vâng, em cám ơn chị nhiều lắm ạ! Chào chị, hẹn mai gặp ạ!

Dung: Chào em, hẹn mai gặp!

心：喂，蓉姐好！是心妹啦。

蓉：喂，心妹好！有什麼事嗎？

心：明天早上麻煩姐姐來載我一起去上學。

蓉：可以，明天早上我會去載妳喔。

心：真是太麻煩姐姐了！

蓉：沒關係，妳別太客氣了！我很開心因為可以幫到妳！

心：是的，非常謝謝姐姐！姐姐再見，明天見！

蓉：妹妹再見，明天見！

♪ MP3-28

Bài
3

cùng / cùng với 一起	**thật** 真的	**phiền / làm phiền** 麻煩、打擾
quá 太	**có gì đâu** 沒什麼	**đừng khách sáo** 別客氣
nhé 喔（語助詞，放在句尾）	**mấy khi** 難得	**được** 可以
nhiều / rất nhiều 多／很多	**ít / rất ít** 少／很少	**chúng ta** 我們（包括聽者在內）
thôi 吧	**alô** 喂	**đây** 啦、呀（句尾語助詞）
sáng mai 明天早上	**chở / đưa** 載	**đi học** 上學／上課
sẽ 會／即將、將要	**đến** 到	**đón** 接
vui 開心	**vì / nên** 因為／所以	**giúp / giúp đỡ** 幫忙／協助

Ngữ pháp │ 文法解說

❶ 禮貌用語「dạ」、「vâng」、「ạ」

越南人說話時非常講究禮貌，因此越南語常會使用一些敬語或語助詞，來表示對對方的尊重。特別是跟長輩說話時，必須要用敬語「dạ」（是的，放在句首）、「vâng」（好的，放在句首）、「ạ」（語助詞，放在句尾）。

Ví dụ 例如

- A: Em khỏe không? 妳好嗎？

  B: Dạ, em khỏe! Cám ơn chị! 是的，我好！謝謝妳！

- A: Anh thích ăn xoài, phải không? 哥哥喜歡吃芒果，是嗎？

  B: Dạ, phải. 是的。

- Vâng, cám ơn chị nhiều ạ! 好的，非常謝謝姐姐！

- Em chào chị Dung ạ! 蓉姐姐好！

❷ 「quá」的用法

「quá」（太）是副詞，指程度，可放形容詞的前面或後面。

「quá」的用法比較

用法	「quá」＋形容詞	形容詞＋「quá」
意思	用來強調人、事、物的樣子	表達對人、事、物有一點驚訝或欣賞的感覺
例如	• Chị quá tốt! 姐姐人好好！ • Em quá giỏi. 妳好厲害。 • Phở bò quá ngon. 牛肉河粉好好吃。	• Chị đẹp quá! 姐姐太美了！ • Anh lãng phí quá! 哥哥太浪費了！ • Hôm nay mưa to quá! 今天雨太大了！

❸ 副詞「lắm」、「rất」

　　「lắm」（太）和「rất」（很）都是指程度的副詞。但「lắm」通常會放在形容詞的後面，而「rất」會放在形容詞的前面，兩者是不能同時出現的。

副詞「lắm」、「rất」的用法比較

用法	形容詞＋lắm	rất＋形容詞
例如	・Phở bò ngon lắm! 牛肉河粉很好吃！	・Phở bò rất ngon! 牛肉河粉很好吃！
	・Anh đẹp trai lắm! 哥哥很帥！	・Anh rất đẹp trai! 哥哥很帥！
	・Em đáng yêu lắm! 妳很可愛！	・Em rất đáng yêu! 妳很可愛！
	・Tiếng Việt khó lắm! 越南語很難！	・Tiếng Việt rất khó! 越南語很難！

❹「đấy」的用法

　　「đấy」是語助詞，指「呀、啦」的意思。通常會放在句尾，表示詢問。

Ví dụ 例如

・Anh đang làm gì đấy? 哥哥正在做什麼呀？

・Chị đang xem phim gì đấy? 姐姐正在看什麼電影呀？

・Mẹ đi mua gì đấy? 媽媽去買什麼呀？

・Bố đang ăn gì đấy? 爸爸正在吃什麼呀？

・Con đang học gì đấy? 孩子正在學什麼呀？

❺ 「được」的用法

「được」（可以）放在動詞「前面」或「後面」，意思和用法皆不同。

（1）「動詞＋được」

「動詞＋được」指有能力可以做某件事情或動作。

> Ví dụ
> 例如
>
> • Em đi được Pháp không? 妳能去法國嗎？
>
> • Anh uống được rượu không? 哥哥能喝酒嗎？
>
> • Chị nói được tiếng Trung không? 姐姐會說中文嗎？

（2）「được＋動詞」

「được＋動詞」是「能、得、被、可以」的意思，表示主詞是被動地遇到好的事情或收到驚喜等，大部分使用於正面、積極的情況。

> Ví dụ
> 例如
>
> • Anh ấy được đi Pháp chơi. 他可以去法國玩。
>
> • Tôi được mời uống hai cốc cà phê. 我被邀請喝兩杯咖啡。

（3）「được không?」

「được không?」相當於中文的「可以……嗎？」，是疑問句型，通常用來詢問對方是否可以做某件事情或有某種能力。

> Ví dụ
> 例如
>
> • Anh uống rượu được không? 你可以喝酒嗎？
>
> • Chị đi Đài Loan chơi được không? 妳可以去台灣玩嗎？
>
> • Em nói tiếng Việt được không? 妳會說越南語嗎？

❻ 說「對不起」的方式

• A: Xin lỗi! 對不起！

　B: Không sao (đâu)! 沒關係！

• A: Em xin lỗi ạ! 對不起！

　B: Không sao (đâu)! 沒關係！

・A: Em xin lỗi anh ạ! 我對不起你！

　B: Không sao (đâu)! 沒關係！

・A: Thành thật xin lỗi anh ạ! 真是對不起！

　B: Không sao (đâu)! 沒關係！

⑦ 說「謝謝」的方式

・A: Cám ơn (= cảm ơn) / Xin cảm ơn! 謝謝！

　B: Không có chi! 不客氣！

・Chân thành cám ơn! 真誠的感謝！

・Cám ơn nhiều! 非常謝謝！

・Cám ơn chị nhiều lắm ạ! 多謝妳！

⑧ 副詞「đã」、「đang」、「sẽ」

　「đã」、「đang」、「sẽ」是副詞，用來表現時態，相當於中文的「過去、現在、未來」。

（1）「đã」過去

主語＋đã＋動詞＋rồi

　相當於中文的「已經……了」，指已經完成某件事情或動作了，通常會在動詞前方。句子最後會加「rồi」（了），有時也可以省略但對句子的內容沒有影響。

Ví dụ
例如
・Mẹ đã ăn sáng rồi. 媽媽已經吃過早餐了。

　・Anh ấy đã đi Việt Nam. 他已經去越南。

　・Tôi đã học tiếng Việt một năm rồi. 我已經學越南語一年了。

（2）「đang」現在

主語＋đang＋動詞

相當於中文的「正在……」，指正在進行某件事情或動作等。

Ví dụ / 例如

- Tôi đang học tiếng Việt.　我正在學越南語。
- Anh ấy đang hẹn hò.　他正在約會。
- Bố đang pha trà.　爸爸正在泡茶。
- Mẹ đang nấu cơm tối.　媽媽正在煮晚餐。

（3）「sẽ」未來

主語＋sẽ＋動詞

相當於中文的「將會、將要」，指將要進行某件事情或動作等。

Ví dụ / 例如

- Tôi sẽ học tiếng Việt.　我將要學越南語。
- Anh ấy sẽ đi hẹn hò.　他將要去約會。
- Bố sẽ pha trà.　爸爸將要泡茶。

hẹn hò
約會

pha cà phê
泡咖啡

Luyện tập | 練習

❶ 請用「quá」來完成以下句子

（1）Chị _____ tốt.

（2）Em _____ giỏi.

（3）Phở bò _____ ngon.

（4）Chị đẹp _____!

（5）Em lãng phí _____!

（6）Hôm nay mưa to _____!

❷ 請依據中文內容完成以下句子

（1）A: Em _____ không?

　　　B: Dạ, em _____, _____ chị.

　　　A：你好嗎？

　　　B：是的，我好，謝謝妳。

（2）A: Anh thích _____ hoa quả, phải _____?

　　　B: Dạ phải, anh _____ hoa quả.

　　　A：哥哥喜歡吃水果，是嗎？

　　　B：是的，我喜歡吃水果。

（3）Em _____ chị nhiều ạ.

　　　我多謝姐姐！

❸ 請用「đã／đang／sẽ」來完成以下句子

（1）Tôi _____ học tiếng Trung một năm rồi.

（2）Mẹ _____ nấu cơm tối.

（3）Tôi _____ đi Việt Nam chơi.

Bài 3

Góc văn hóa
文化花絮

用越南語表達請求或感謝

　　越南人很講究禮貌，因此在麻煩別人幫忙時，大部分都會說：
「làm phiền em / phiền em」（麻煩你），或是「thật làm phiền em」
（真是麻煩你）。而想表達謝謝時，會說「cám ơn nhiều」（多謝），
此時對方就會回答「đừng khách sáo / đừng khách khí」（別客氣）。
下次去越南，或在台灣碰到越南人時，若要表達請求或感謝，就要大
聲說：「Thật làm phiền em!」（真是麻煩你）、「Cám ơn nhiều!」
（多謝）和「Đừng khách sáo!」（別客氣）喔！

Cám ơn chị nhiều ạ! 　　　Không có gì!

多謝姐姐！ 　　　　　　　沒什麼！

Bài 4
第四課

Sở thích của em là nấu ăn

我的興趣是做菜

Mai và Dung đang nói chuyện với nhau ở công ty.

梅和蓉正在公司一起聊天。 ♪ MP3-29

Mai : Ngày mai là chủ nhật rồi. Ngày nghỉ, Dung thường làm gì?

Dung: Sở thích của Dung là nấu ăn, vì thế mình thường đi siêu thị mua đồ về nhà nấu ăn.

Mai : Ồ! Vậy thì Dung nấu ăn ngon lắm nhỉ?

Dung: Mai quá khen rồi, cũng bình thường thôi.

Mai : Ngoài nấu ăn ra, Dung còn thích làm gì nữa?

Dung: Mình thích đi dạo, đi chơi hoặc đi mua sắm. Còn Mai?

Mai : Sở thích của Mai là ngủ, đọc sách và đi dạo.

梅：明天是星期天了。假日蓉通常會做什麼？
蓉：我的興趣是做菜，所以我通常去超市買東西回家做菜。
梅：哇！那麼，蓉做菜很好吃囉。
蓉：梅過獎了，也普通啦。
梅：除了做菜之外，蓉還喜歡做什麼？
蓉：我喜歡散步、去玩或去購物。梅呢？
梅：我的興趣是睡覺、看書和散步。

Từ mới | 生詞

ngày mai 明天	**ngày nghỉ** 假日	**thường** 通常、常常
làm gì 做什麼	**sở thích** 興趣	**nấu ăn** 做菜、煮菜
vì thế 所以	**siêu thị** 超市	**mua đồ** 買東西
ồ 哇	**vậy thì** 那麼	**quá khen / khen** 過獎／誇獎
bình thường 普通、還好	**ngoài** 除了	**đi bộ** 散步
đi chơi 去玩	**đi mua sắm** 去購物	**hoặc** 或
đọc sách 看書	**ngủ** 睡覺	

Bài 4

đi chơi
去玩

ngủ
睡覺

đi bộ
散步

❶「của」的用法

> 名詞（受格）＋của＋名詞（主格）

「của」是所有格「的」，使用方法剛好與中文相反，受格要放在「của」的前面，而主格則放在「của」的後面。

如果主格是人，而受格也是人，或人身上的各個部位，就可省略「của」。

Ví dụ
例如
- Mẹ của tôi (=Mẹ tôi)　我的媽媽
- Tay của tôi (=Tay tôi)　我的手
- Tóc của em ấy (=Tóc em ấy)　她的頭髮

如果主格是人，而受格是動物或無生命的東西，那麼「của」就不能省略了。

Ví dụ
例如
- Cà phê của anh ấy　他的咖啡
- Xe ô-tô của bố tôi　我爸爸的汽車
- Nhà của tôi　我的家
- Quán trà sữa của chị ấy　她的奶茶店

❷「sở thích」的用法

「sở thích」是名詞，指興趣、愛好，是會無條件去做的某件事情。常用的句型為「sở thích＋của＋人稱代名詞＋名詞／動詞」（某人的興趣是……）。

Ví dụ
例如
- Sở thích của tôi là ngủ.　我的興趣是睡覺。
- Sở thích của chị ấy là tập Yoga.　她的興趣是練瑜珈。
- Sở thích của mẹ tôi là đi bộ.　我媽媽的興趣是散步。
- Sở thích của bố tôi là đánh bài.　我爸爸的興趣是打牌。
- Sở thích của anh ấy là chơi game.　他的興趣是打電動。

如果要詢問某人的興趣是什麼，可在句尾加上「gì」（什麼），變成問句。

Ví dụ
例如
- Sở thích của chị là gì? 姐姐的興趣是什麼？
- Sở thích của bạn là gì? 你的興趣是什麼？
- Sở thích của anh là gì? 哥哥的興趣是什麼？

「興趣」相關詞彙

ngủ 睡覺	tập Yoga 練瑜珈	đánh bài 打牌	thể thao 運動
xem phim 看電影	nghe nhạc 聽音樂	chụp ảnh 拍照	chơi game 打電動
bơi 游泳	du lịch 旅行	đi bộ 散步	chơi điện thoại 玩手機

❸ 「thích」的用法

「thích」是動詞，指「喜歡」，是無條件地喜歡某一個人、事、物等。常用的句型為「主語＋thích＋名詞／動詞」（某人喜歡……）。

Ví dụ
例如
- Bố thích uống trà đá. 爸爸喜歡喝冰茶。
- Tôi thích đi Việt Nam chơi. 我喜歡去越南玩。
- Mẹ thích uống cà phê. 媽媽喜歡喝咖啡。
- Anh ấy thích ăn phở bò. 他喜歡吃牛肉河粉。
- Chị ấy thích ăn bún thịt nướng. 她喜歡吃烤肉米線。

如果要詢問某人喜歡做什麼，一樣在句尾加上「gì」，就能變成問句。

Ví dụ
例如
- Anh thích ăn gì? 哥哥喜歡吃什麼？
- Chị thích uống gì? 姐姐喜歡喝什麼？

如果想問對方「是否喜歡某樣事物」，則可用「主語＋có thích＋名詞（興趣項目）＋không?」的疑問句型，意思是「……有喜歡……嗎？」

Ví dụ
例如
- A: Chị có thích uống bia không?　妳喜歡喝啤酒嗎？

  B1: Dạ, tôi thích.　是的，我喜歡。

  B2: Không, tôi không thích.　不，我不喜歡。

  B3: Tôi không thích lắm.　我不是很喜歡。

「越南美食」相關詞彙

<table>
<tr><td colspan="2" align="center">吃的美食</td><td colspan="2" align="center">喝的美食</td></tr>
<tr><td>trứng vịt lộn
鴨仔蛋</td><td>rau luộc
湯青菜</td><td>trà chanh
檸檬茶</td><td>cô- ca
可樂</td></tr>
<tr><td>phở bò
牛肉河粉</td><td>rau xào
炒青菜</td><td>trà đá
冰茶</td><td>cà phê
咖啡</td></tr>
<tr><td>phở gà
雞肉河粉</td><td>bún riêu
什錦米線</td><td>nước mía
甘蔗汁</td><td>trà Đài Loan
台灣茶</td></tr>
<tr><td>bún thịt nướng
烤肉米線</td><td>bánh cuốn
粉捲</td><td>nước dừa
椰子水</td><td>bia
啤酒</td></tr>
<tr><td>nem rán
炸春捲</td><td>bún hải sản
海鮮米線</td><td colspan="2">trà sữa/ trà sữa trân châu
奶茶/珍珠奶茶</td></tr>
<tr><td>gỏi cuốn
生春捲</td><td>gà rán/ gà chiên
炸雞</td><td></td><td></td></tr>
<tr><td>cơm rang
炒飯</td><td>khoai tây chiên
炸薯條</td><td></td><td></td></tr>
<tr><td>kem
冰淇淋</td><td></td><td></td><td></td></tr>
</table>

❹ 「thường」的用法

「thường」（通常、常常）用來形容常常做某件事情或動作，一般會放在動詞的前方。

Ví dụ
例如
- Ngày nghỉ, tôi thường đi mua sắm.　假日我通常會去購物。

- Chủ nhật, tôi thường ngủ nướng.　星期天我通常會很晚起床。

- Thứ hai, tôi thường đi làm muộn.　星期一我通常上班會遲到。

⑤ 「ngoài ... ra」的用法

「ngoài ... ra」的意思是「除了……之外」。

Ví dụ
例如
- A: Ngoài cà phê ra, bạn còn thích uống gì nữa?

  除了咖啡之外，你還喜歡喝什麼呢？

  B: Ngoài cà phê ra, mình còn thích uống nước dừa nữa.

  除了咖啡之外，我還喜歡喝椰子水。

- A: Ngoài đi dạo ra, bạn còn thích làm gì nữa?

  除了去散步之外，你還喜歡做什麼呢？

  B: Ngoài đi dạo ra, mình còn thích đi bơi nữa.

  除了去散步之外，我還喜歡去游泳。

- A: Ngoài phở bò ra, bạn còn thích ăn gì nữa?

  除了牛肉河粉之外，你還喜歡吃什麼呢？

  B: Ngoài phở bò ra, mình còn thích ăn gỏi cuốn nữa.

  除了牛肉河粉之外，我還喜歡吃生春捲。

kem
冰淇淋

nước dừa
椰子水

trà hoa quả
水果茶

trứng vịt lộn
鴨仔蛋

1 請完成以下句子

（1）Ngày nghỉ bạn _____ làm _____?

（2）Sở _____ của _____ là xem _____.

（3）Tôi _____ ăn phở bò.

（4）Tôi _____ cà phê.

（5）Tôi _____ thích _____ gà rán.

（6）Ngoài trà sữa _____, bạn còn _____ uống _____ nữa?

（7）_____ bơi _____, bạn _____ thích _____ nữa?

2 請根據例句，寫出你的五個興趣

範例：Sở thích của tôi là thể thao. 我的興趣是運動。

（1）_____

（2）_____

（3）_____

（4）_____

（5）_____

3 請回答以下問句

（1）Ngoài trà đá ra, bạn còn thích uống gì nữa?

_____

（2）Ngoài bơi ra, bạn còn thích làm gì nữa?

_____

（3）Ngoài bún thịt nướng ra, bạn còn thích ăn gì nữa?

_____

Góc văn hóa 文化花絮

越南人的生活

（1）越南人的週末

在越南，只有公務人員才有週休二日，一般的外商只有星期日休息，而星期六照常上班。若是福利好一點的私人公司，有的隔週休星期六，有的星期六休半天等，就是沒像台灣有這麼多的連休假日。

近年來，隨著越南的經濟發展越來越蓬勃，基本薪資不斷提高，因此人民的生活品質也跟著提升。隨之而來的，是人們更重視休閒生活，特別是年輕族群，每到假日就會出去走走、旅遊、逛街買東西。所以您下次去越南玩時，若是在遊樂園或百貨公司看到擁擠的人群，也請別驚訝喔！因為這已經是常態了。其他像是賣場、超市、咖啡店等吸引年輕人聚集的地方，在週末時也總是人滿為患。

除了週末，每到國定假日（尤其是中秋節），人潮及車流量更是驚人，致使每條道路必塞，即使有警察在場指揮交通，也起不了太大的作用，這時只能靠自己的耐性及鑽空隙的本事了。這就是充滿活力的越南！

（2）越南人的好客

越南人非常好客，當有客人來家裡拜訪時，都會去市場或超市買很多菜回來，親自下廚做菜請朋友吃飯，而家裡有好吃的東西，也都會拿出來跟朋友分享。這時，客人要多吃東西主人才會開心，不然主人會覺得自己煮得不夠好吃或招待不夠周到。同樣的，主人也會不斷地夾菜給客人吃，所以客人就別客氣囉！

越南人喜歡自己下廚，親手做菜請客人吃。

（3）越南常見的早餐

Phở bò

牛肉河粉

Phở gà

雞肉河粉

trứng luộc, khoai luộc

水煮雞蛋配地瓜

Khoai môn

芋頭

Cà-phê

咖啡

Sinh tố bơ

酪梨牛奶

Bánh cuốn

粉捲

xôi

糯米飯

bánh mì

法國麵包

Gia đình

家庭

Dung và Hiên giới thiệu về gia đình của mình.

蓉和軒介紹自己的家庭。 🎵 MP3-31

Dung : Chào Hiên!

Hiên : Chào Dung! Xin hỏi, gia đình bạn có mấy người?

Dung : Gia đình Dung có 8 người: ông, bà, bố, mẹ, em gái, hai em trai và Dung. Còn Hiên?

Hiên : Gia đình Hiên có 5 người: bố, mẹ, anh trai, em trai và Hiên.

Dung : Hiên đã có người yêu chưa?

Hiên : Mình chưa có người yêu. Còn Dung?

Dung : Dung vừa mới kết hôn.

Hiên : Vui quá! Chúc mừng Dung nhé!

Dung : Cám ơn Hiên! Chúc Hiên sớm có người yêu!

Hiên : Cám ơn Dung nhé!

蓉：軒好！

軒：蓉好！請問，妳的家庭有幾個人？

蓉：我的家庭有8個人：爺爺、奶奶、爸爸、媽媽、妹妹、兩個弟弟和我。軒呢？

軒：我的家庭有5個人：爸爸、媽媽、哥哥、弟弟和我。

蓉：妳已經有男朋友了嗎？

軒：我還沒有男朋友，妳呢？

蓉：我剛結婚。

軒：好開心！恭喜妳喔！

蓉：謝謝妳！祝妳早有男朋友！

軒：謝謝妳喔！

Từ mới | 生詞

xin hỏi 請問（禮貌／客氣用語）	**gia đình** 家庭	**mấy / mấy người** 幾／幾個人
ông 爺爺	**bà** 奶奶	**bố / ba** 爸爸
mẹ / má 媽媽	**em gái** 妹妹	**em trai** 弟弟
và 和（連接詞）	**người yêu** 愛人、女朋友／男朋友	**chưa** 還沒／……了沒
vừa mới 剛才、剛剛	**kết hôn** 結婚	**vui quá** 好開心
chúc / chúc mừng 祝福／恭喜	**sớm có** 早日有……	

Bài 5

bà	ông	vui quá	bố/ba	mẹ/má
奶奶	爺爺	好開心	爸爸	媽媽

1 「đã ... chưa?」的用法

主詞＋（đã）＋動詞＋補語＋chưa?

「đã ... chưa?」是疑問句型，用於詢問某件事情的動作是否發生或完成了，此時「chưa」放在句尾，意思是「……了沒？」。若回答為肯定，會在句尾加「rồi」（了）；若回答為否定，則會用「chưa」回答，意思是「還沒……」。

Ví dụ / 例如

- A: Chị đã ăn sáng chưa? 姐姐吃早餐了沒？

  B1: Chị đã ăn sáng rồi. 我已經吃早餐了。

  B2: Chưa, chị chưa ăn sáng. 還沒，我還沒吃早餐。

- A: Bạn đã có người yêu chưa? 你有女朋友了沒？

  B1: Tôi có rồi. 我有了。

  B2: Chưa, tôi chưa có. 還沒，我還沒有。

- A: Chị đã kết hôn chưa? 姐姐結婚了沒？

  B1: Chị đã kết hôn rồi. 我已經結婚了。

  B2: Chưa, chị chưa kết hôn. 還沒，我還沒結婚。

2 數字的用法

（1）數字0～9

數字0～9又稱為「số đếm」，也就是「個位數」的意思。

không	một	hai	ba	bốn
0	1	2	3	4
năm	sáu	bảy	tám	chín
5	6	7	8	9

（2）數字10～90

số đếm＋mươi = 10～90				
mười 10	hai mươi 20	ba mươi 30	bốn mươi 40	năm mươi 50
sáu mươi 60	bảy mươi 70	tám mươi 80	chín mươi 90	

（3）數字10～19

mười (10) ＋số đếm = 11～19				
mười 10	mười một 11	mười hai 12	mười ba 13	mười <u>bốn</u> 1<u>4</u>
mười <u>lăm</u> 1<u>5</u>	mười sáu 16	mười bảy 17	mười tám 18	mười chín 19

小提醒 1　14也可以唸成「mười tư」

小提醒 2　15中的個位數5要改唸成「lăm」

（4）數字20～29

hai mươi＋số đếm		
hai mươi 20	hai mươi <u>mốt</u> 2<u>1</u>	hai mươi hai 22
hai mươi ba 23	hai mươi bốn / tư 24	hai mươi lăm / nhăm 25
hai mươi sáu 26	hai mươi bảy 27	hai mươi tám 28
hai mươi chín 29	ba mươi 30	

小提醒 1　21～91中的個位數1要唸成「mốt」

（5）數字5的特殊唸法

因為15的唸法「mười năm」又有「十年」的意思，為避免讀者、聽者誤會，所以從十位數開始，當遇到最後一個數字是5（năm）時，都會改唸成「lăm / nhăm」。

mười lăm 15	hai mươi lăm / nhăm 25	ba mươi lăm / nhăm 35
bốn mươi lăm 45	năm mươi lăm / nhăm 55	sáu mươi lăm / nhăm 65
bảy mười lăm 75	tám mười lăm / nhăm 85	chín mươi lăm 95

小提醒 1 105以後的5不改變唸法

（6）數字1的特殊唸法

21～91中的「một」（1）須改唸成「mốt」。

hai mươi mốt 21	ba mươi mốt 31	bốn mươi mốt 41
năm mươi mốt 51	sáu mươi mốt 61	chín mươi mốt 91

小提醒 1 101以後的1不改變唸法

（7）數字4的特殊唸法

從十位數開始，當遇到最後一個數字是4時，有時會將「bốn」改唸成「tư」，例如：14、24、34、54、94等。比較特別的是，在說星期三時，一定會唸成「thứ tư」。

mười bốn / tư 14	hai mươi bốn / tư 24	ba mươi bốn / tư 34
năm mươi tư 54	sáu mươi bốn / tư 64	bảy mươi bốn / tư 74

小提醒 1 104以後的4有時也會改變唸法

（8）百位數以上的數字

位數	越南語	例如
百	trăm	100　một trăm 1<u>0</u>1　một trăm <u>linh</u> / <u>lẻ</u> một 1<u>0</u>5　một trăm <u>linh</u> / <u>lẻ</u> năm
千	nghìn / ngàn	1000　một nghìn / ngàn
萬	mười nghìn / mười ngàn	10.000　mười nghìn
十萬	trăm nghìn / trăm ngàn	200.000　hai trăm nghìn
百萬	triệu	1.000.000　một triệu
千萬	mười triệu	10.000.000　mười triệu
億	trăm triệu	300.000.000　ba trăm triệu
十億	tỷ	1.000.000.000　một tỷ

Bài 5

小提醒 1　百位數以上的數字中若出現0，要唸成「linh / lẻ」

③ 「vừa mới」的用法

「vừa mới」指某件事情或動作「剛剛、剛才」發生或剛完成沒多久。

・Tôi vừa mới ăn sáng xong.　我剛剛吃完早餐。

・Anh ấy vừa mới kết hôn.　他剛結婚。

・Em gái tôi vừa mới về quê.　我妹妹剛才回家鄉。

① 請回答以下「**đã ... chưa?**」的問句

範例：

Chị ấy đã kết hôn chưa? 姐姐已經結婚了沒？

Chị ấy đã kết hôn rồi. 姐姐已經結婚了。

Chưa, chị ấy chưa kết hôn. 還沒，姐姐還沒結婚。

（1）Bạn đã đi làm chưa?

_____

（2）Bạn đã có người yêu chưa?

_____

（3）Bạn đã ăn sáng chưa?

_____

（4）Bạn đã về quê chưa?

_____

（5）Bạn đã đi học chưa?

_____

② 數一數，並用越南語寫出正確的數字

      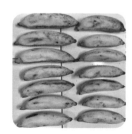

（1）_____   （2）_____   （3）_____

❸ 請將以下句子翻譯成越南語

（1）我剛吃完早餐。

_____

_____

_____

Ăn sáng: bánh cuốn

（2）他剛有女朋友。

_____

_____

_____

bạn gái 女朋友

Bài
5

（3）我剛去上課。

_____

_____

（4）你回家鄉了沒？

_____

_____

（5）我家有6個人：

阿公、阿嬤、爸爸、媽媽、姐姐和我。

_____

_____

_____

bà 阿嬤

越南的水果

（1）越南的五果盤

　　越南人很重視家庭生活，這點跟台灣人
很像。另外還有一點跟台灣人很像的是，逢
年過節時，越南人也很重視拜拜供品，特別
是水果盤，總會特別挑選五種有意義的水果
來祭拜祖先，希望在新的一年裡，凡事更順
利，家庭更安康，事業繁榮昌盛、發大財。

　　為什麼是「五」種水果呢？越南人相信，數字「五」（ngũ）
代表五大福報：「phúc、quý、thọ、khang、ninh」，相當於中文
「福、貴、壽、康、寧」的意思。因為越南北部、中部、南部的氣
候不同，各地出產的水果也不一樣，因此各地越南人選放在五果盤
上的水果也有所不同。

（2）各種水果的含義

chuối 香蕉
....
代表多子多孫、團結、溫暖、獲得幸運與保護

phật thủ 佛手柑
....
因其外形如手掌，代表保護全家人

quả lê hoặc dưa lê 梨子或香瓜

代表成就與進步、做什麼都順順利利的

thanh long 火龍果

取其名有「龍雲聚集」之意，代表發大財

sung 無花果

代表健康與錢財都是飽滿的

cam 橘子

代表成功

bưởi 柚子

代表期望安康興旺

đào 桃子

代表步步登高

dưa hấu 西瓜

代表甜美、幸運

táo 蘋果

代表榮華富貴

đu đủ 木瓜

代表興旺、足夠

xoài 芒果

代表期望賺錢夠用

（3）北部的五果盤

　　北部人會根據東方文化哲理擺五果盤，表現萬物跟天地融合為一體的意象。因此五果盤上一定要有五個顏色（代表五行），穿插擺放在一起，以符合過年的習俗：金-白色、木-綠色、水-黑色、火-紅色、土-黃色。常見的北部五果盤會有香蕉、柚子、桃子、紅柿、橘子等水果。

（4）中部的五果盤

　　中部因氣候較惡劣，也就是酷熱、風暴及水災頻繁，以前人民的生活環境相對困苦，因此對於五果盤要擺放哪些水果沒有太多講究，只要是家裡有的新鮮水果，加上誠心誠意就足夠了。常見的中部五果盤會有火龍果、香蕉、西瓜、鳳梨、無花果、橘子等。

（5）南部的五果盤

　　南部人為期望一整年能豐衣足食（Cầu sung vừa đủ xài），所以五果盤通常會有這五種水果：鳳梨釋迦、無花果、椰子、木瓜、芒果。

越南農曆過年時，家中的布置。

Bài 6
第六課

Hôm nay là thứ mấy?

今天是星期幾？

Dung và Lan đang nói chuyện.

蓉和蘭正在聊天。 ♪ MP3-33

Lan : Dung ơi, hôm nay là thứ mấy?

Dung : Hôm nay là thứ bảy.

Lan : Bạn có bận gì không?

Dung : Mình phải về quê thăm bố mẹ. Có việc gì không Lan?

Lan : Vậy à! Không có việc gì đâu.

Dung : Sáng thứ hai tuần sau mình rảnh.

Lan : Vậy, chúng mình cùng đi thư viện được không?

Dung : Dạ, được.

Lan : Cám ơn Dung nhé!

Dung : Không có gì!

蘭：蓉啊，今天是星期幾？
蓉：今天是星期六。
蘭：妳忙嗎？
蓉：我要回家鄉探望我父母。有什麼事嗎？
蘭：這樣啊！沒有什麼事啦。
蓉：下星期一早上我有空。
蘭：那，我們一起去圖書館可以嗎？
蓉：好的，可以。
蘭：謝謝妳喔！
蓉：不客氣！

Từ mới | 生詞

hôm nay 今天	**thứ mấy** 星期幾	**thứ bảy** 星期六
bận 忙	**việc** 工作／事情	**sáng** 早上
thứ hai 星期一	**tuần sau** 下星期	**rỗi / rảnh** 有空
vậy / vậy thì 那／那麼	**thư viện** 圖書館	**được** 可以
không được 不可以	**được không?** 可以嗎？	**không có gì / không có chi** 沒什麼／不客氣
về quê / về nhà 回家鄉（回鄉）／回家	**thăm** 看／探望	

Bài 6

thư viện
圖書館

về quê
回家鄉

Ngữ pháp | 文法解說

❶ 數字1～10

我們再來複習一下數字1～10的說法：

một	hai	ba	bốn	năm
1	2	3	4	5
sáu	bảy	tám	chín	mười
6	7	8	9	10

❷ 星期的說法

在越南，一個星期的第一天是星期天（主日），越南語唸作「chủ nhật」。至於其他的日子，可用台灣的星期算法多加一天，比如台灣說的星期一是越南的星期二，以此類推。要特別注意的是，雖然數字4唸作「bốn」，但星期四要唸成「thứ tư」喔！

thứ＋數字=星期			
thứ	數字	越南的星期	台灣的星期
chủ nhật		chủ nhật	星期天
thứ	hai	thứ hai	星期一
thứ	ba	thứ ba	星期二
thứ	tư	thứ tư	星期三
thứ	năm	thứ năm	星期四
thứ	sáu	thứ sáu	星期五
thứ	bảy	thứ bảy	星期六

Ví dụ 例如

- A: Hôm qua là thứ mấy? 昨天是星期幾？

  B: Hôm qua là chủ nhật. 昨天是星期天。

- A: Hôm nay là thứ mấy? 今天是星期幾？

  B: Hôm nay là thứ hai. 今天是星期一。

- A: Ngày mai là thứ mấy? 明天是星期幾？

  B: Ngày mai là thứ ba. 明天是星期二。

❸「mấy」跟「bao nhiêu」的用法

「mấy」是疑問代名詞,「幾」的意思,可以放在單位詞前方或後方。有時會用來指(十以內)較小的數字。

Ví dụ
例如

・A: Điện thoại của anh số mấy? 你的電話號碼幾號?

　B: Điện thoại của anh số 0962385946. 我的電話號碼是0962385946。

・A: Năm nay em mấy tuổi? 今年你幾歲?

　B: Dạ, em 18 tuổi. 我十八歲。

用「mấy」詢問時間

ngày mấy? 幾號?	A: Hôm nay là ngày mấy? 今天是幾號? B: Hôm nay là ngày 18. 今天是18號。
mấy ngày? 幾天?	A: Em đi Anh chơi mấy ngày? 妳去英國玩幾天? B: Dạ, một tuần ạ! 一週。
mấy tuần? 幾週?	A: Chị đi Nhật mấy tuần? 姐姐去日本幾週? B: Dạ, hai tuần! 兩週。
tháng mấy? 幾月?	A: Tháng mấy em đi Thái? 妳幾月去泰國? B: Dạ, tháng hai ạ. 二月。
mấy tháng? 幾個月?	A: Em đi Thái mấy tháng? 妳去泰國幾個月? B: Dạ, hai tháng ạ. 兩個月。

「bao nhiêu」是「多少」的意思。有時會用來指(十以上)較大的數字。問長輩的年齡時,一定要用「bao nhiêu」問才有禮貌。

Ví dụ
例如

・Lớp học tiếng Việt có bao nhiêu người?

　越南語班有多少人?

・Một bát phở bò bao nhiêu tiền?

　一碗牛肉河粉多少錢?

・Năm nay anh bao nhiêu tuổi?

　哥哥今年幾歲?

Bài
6

97

❹ 日期的說法

在說日期時，越南人會從小的時間單位說到大的時間單位，也就是「ngày（日）／tháng（月）／năm（年）」，並在單位後面加上數字，跟中文的用法剛好相反。

Ví dụ
例如
- Hôm nay là ngày 26 tháng 6 năm 2019.
  今天是2019年6月26日。
- Ngày mai là ngày 7 tháng 10 năm 2021.
  明天是2021年10月7日。

❺「mồng」的用法

「mồng」相當於中文「初」的意思。就是在初一到初十的日子前面加上「mồng」，表示初一、初二……初十。

Ví dụ
例如
- Hôm nay là ngày mồng năm. 今天是初五。
- Ngày mai là ngày mồng sáu. 明天是初六。

❻ 天、星期、月、年的說法

ngày 日	tuần 星期	tháng 月	năm 年
hôm qua 昨天	tuần trước 上星期	tháng trước 上個月	năm trước 去年
hôm nay 今天	tuần này 這星期	tháng này 這個月	năm nay 今年
ngày mai 明天	tuần sau 下星期	tháng sau 下個月	năm sau 明年

❼ 「cùng」的用法

「cùng」相當於中文「一起」的意思，可放在動詞的前方或後方，都是指和某人一起做某件事情。

（1）「cùng」在動詞的前方

單字	例句
cùng ăn 一起吃	Tôi và chị ấy cùng ăn một bát bún thịt nướng. 我和她一起吃一碗烤肉米線。
cùng chơi 一起玩	Dung và Lan cùng chơi game. 蓉和蘭一起打電動。
cùng uống 一起喝	Bố và mẹ cùng uống cà phê. 爸爸和媽媽一起喝咖啡。

（2）「cùng」在動詞的後方

單字	例句
ăn cùng 一起吃	Tôi và chị ấy ăn cùng một bát bún thịt nướng. 我和她一起吃一碗烤肉米線。
uống cùng 一起喝	Bố và mẹ uống cùng một cốc cà phê. 爸爸和媽媽一起喝一杯咖啡。

（3）「cùng」＋人稱代名詞=和（跟）某人一起

單字	例句
cùng bố mẹ 跟爸媽	Tôi cùng bố mẹ đi ăn phở bò. 我跟爸媽去吃牛肉河粉。
cùng em ấy 和（跟）她	Dung cùng em ấy chơi điện thoại. 蓉和她一起玩手機。
cùng các bạn 和同學們	Tôi cùng các bạn đi Đà Nẵng chơi. 我和同學們去峴港玩。

1 請用越南語問與回答以下句子

（1）今天是星期幾？（星期三）

_____

（2）你跟爸媽去哪裡（đi đâu）？（吃牛肉河粉）

_____

2 請完成以下句子內容

（1）Tôi _____ bố mẹ đi Đà Nẵng

_____ phở bò.

（2）Ngày mai chúng mình _____ thư viện nhé.

（3）Tôi và anh ấy _____ đi _____ cà phê.

（4）Một cốc cà phê _____ tiền?

（5）Hôm nay là _____ 12 _____ 6

_____ 2019.

（6）Chủ nhật chị có _____ không?

（7）Thứ hai chúng ta _____ học tiếng Việt.

（8）Ngày mai là _____.（星期三）

（9）Một bát phở bò _____ tiền?

（10）Ngày mai là thứ _____?

3 請寫出月曆上的資訊

（1）_____

（2）_____

（3）_____

Góc văn hóa

文化花絮

融合東西方文化的越南

（1）農曆與新曆

在越南的職場及學校中，多數都是用新曆。不過還是有很多人，尤其老一輩的人，仍習慣使用農曆，特別是用來看拜拜或去廟裡求平安的日子。做生意的人還非常重視初一、十五（或初二、十六）要拜拜呢！因此越南的節慶有些是過農曆、有些是過新曆的。例如：

農曆節慶	新曆節慶
1月1日過年 3月10日雄王節 5月5日端午節 7月15日中元節 8月15日中秋節	4月30日南部解放日 5月1日勞動節 9月2日國慶日

Bài
6

· 越南的中元節活動（農曆7月15日）

燒紙錢

供奉白米、鮮花和水果

祭拜好兄弟

（2）台灣跟越南的端午節

台灣的端午節	越南的端午節
·立蛋、吃粽子、掛艾草、拜拜、划龍舟、以前有喝雄黃酒的習俗 ·放假	·吃李子、荔枝、酒釀、洗香茅澡 ·不吃粽子，沒放假 ·還有另外一個名字叫「殺蟲節」

（3）喜歡算命

　　越南人也非常迷信，因此很相信算命。總覺得去算了命，就可以預防一些不好的事情發生在自己或家人身上，工作與家庭因此能有好的轉變或新的希望等。

　　特別是當每件事情都不順利的時候，越南人會更想去算命，希望得知自己有何機會能擺脫一些不好的運氣，前往更順暢的未來。

Tết
過年

ngày Quốc khánh
國慶日

Bây giờ là mấy giờ?

現在是幾點？

Bây giờ là mấy giờ?

現在是幾點？

Bây giờ là 10 giờ 28 phút sáng.

現在是早上10點28分。

❶ Dung và Mai đang chuẩn bị đi học.

蓉和梅正在準備上學。 ♪ MP3-35

Dung: Mai ơi, chuẩn bị xong chưa?
        Chúng mình đi học thôi.

Mai : Ừ. Mấy giờ rồi nhỉ?

Dung: Bây giờ là 8 giờ 10 phút rồi. 8 giờ 30 vào lớp đó.
        Nhanh lên không muộn.

Mai : Thế à? Mình quên đấy.
        Mấy giờ thì tan lớp Dung nhỉ?

Dung: 10 giờ 20 phút. 6 giờ rưỡi tối nay, chúng mình
        cùng đi ăn tối nhé.

Mai : Ok. Mình xong rồi.
        Chúng mình xuất phát thôi.

蓉：梅啊，準備好了沒？我們上學囉。
梅：嗯，幾點了呢？
蓉：現在是8點10分了。8點30分上課。
　　要快點不然會遲到。
梅：這樣啊？我忘了。幾點下課啊？蓉。
蓉：10點20分。
　　今晚6點半，我們一起去吃晚餐喔。
梅：Ok。我好了。
　　我們出發囉。

❷ Dung hẹn Mai đi xem phim.

蓉約梅去看電影。 🎵 MP3-36

Dung: Mai ơi, chiều nay mấy giờ bạn tan lớp.

Mai : 5 giờ chiều.

Dung: Buổi tối, chúng mình cùng đi xem phim nhé.

Mai : Ừ. Phim chiếu lúc mấy giờ nhỉ?

Dung: Lúc 6 giờ rưỡi có phim "Hà Nội của ngày xưa".
         Nghe nói bộ phim này hay lắm.

Dung: Ok, Dung thường ăn tối lúc mấy giờ?

Mai : Lúc 5 giờ rưỡi tối.

Dung: Vậy vào lúc 5 giờ rưỡi tối nay chúng mình cùng
         đi ăn tối, sau đó đi xem phim nhé.

Mai : Ok

蓉：梅啊，今天下午妳幾點下課？

梅：下午5點。

蓉：那，晚上我們一起去看電影喔。

梅：嗯，電影幾點播放啊？

蓉：6點半有電影《以前的河內》。
　　聽說這部電影很好看。

梅：Ok，蓉通常幾點吃晚餐？

蓉：晚上5點半。

梅：那，5點半時我們一起去吃晚餐，
　　然後去看電影喔。

蓉：Ok。

♪ MP3-37

ơi 啊（叫喚別人名字時會用）	**chuẩn bị** 準備	**xong chưa** 好了沒
xong rồi 好了	**chưa xong** 還沒好	**ừ** 嗯
giờ/tiếng/tiếng đồng hồ 點鐘、時	**phút** 分鐘	**vào lớp** 上課（開始上課）
tan lớp 下課	**nhanh lên** 快點	**muộn / sớm** 晚、遲／早
quên 忘、忘記	**rưỡi** 30分鐘、半小時	**tối nay** 今晚
cùng đi ăn tối 一起去吃晚餐	**xuất phát thôi** 出發了	**ngày xưa / bây giờ** 以前／現在
chiều nay 今天下午	**xem phim** 看電影	**bộ phim này** 這部電影
chiếu 播放	**lúc / vào lúc** 在……時間點	**hay** 好看、好聽
nghe nói 聽說	**sau đó** 然後	

Ngữ pháp 文法解說

❶ 「bây giờ」的用法

「bây giờ」是時間狀態語，指「現在」，通常會放在主語的前方，用來表示時間。有時「bây giờ」也會放在主語的後方，但不會影響句子的意思。

Ví dụ 例如
- Bây giờ là mấy giờ?　現在是幾點？
- Bây giờ tôi đang ăn sáng.　現在我正在吃早餐。
- Bây giờ mẹ đang nấu cơm.　現在媽媽正在煮飯。

❷ 「lúc / vào lúc」的用法

「lúc / vào lúc」相當於中文「在……時間點」的意思。通常「lúc / vào lúc」會放在某個時間點的前面。

Ví dụ 例如
- Bố thường tan làm vào lúc 6 giờ 30 phút tối.
  爸爸通常在晚上6點半下班。
- Mẹ thường đi làm lúc 7 giờ 20 phút sáng.
  媽媽通常在早上7點20分上班。
- Tôi thường ăn trưa lúc 12 giờ trưa.
  我通常在中午12點吃午餐。

除了時間點之外，「lúc / vào lúc」也可以用於其他的時間界定方式，像是年齡，表示強調某個時間點。常用的句型如「lúc / vào lúc＋名詞／動詞／形容詞」是指「當……的時候」。

Ví dụ 例如
- Vào lúc 9 giờ sáng, tôi đi thư viện đọc sách.
  9點的時候，我去圖書館看書。
- Lúc 22 tuổi, tôi đi học Đại học.
  在22歲時，我去讀大學。
- Vào lúc 30 tuổi, tôi là giáo viên.
  在30歲時，我是教師。

Bài
7

❸ 時間的說法

單位	giờ 時	phút 分	giây 秒
例如	・10 giờ 10點 ・9 giờ 9點	・15 phút 15分 ・45 phút 45分	・23 giây 23秒 ・36 giây 36秒

❹ 時段的說法

　　為了避免對方誤解，而把約會時間從早上變晚上的情形發生，越南人在表達時間時會加上時段用語，讓聽者、讀者能在第一時間就一目了然。

常見的時段用語

時段	例如
sáng sớm 早晨／清晨	・4 giờ 20 phút sáng　早上4:20 ・5 giờ 10 phút sáng　早上5:10
(buổi) sáng 早上	・7 giờ 50 phút sáng　早上7:50 ・8 giờ 15 phút sáng　早上8:15
(buổi) trưa 中午	・12 giờ trưa　中午12:00 ・12 giờ 20 phút trưa　中午12:20
(buổi) chiều 下午	・3 giờ 25 phút chiều　下午3:25 ・4 giờ 15 phút chiều　下午4:15
(buổi) tối 晚上	・7 giờ <u>rưỡi</u> tối　晚上7:30 ・8 giờ <u>rưỡi</u> tối　晚上8:30
đêm / khuya 深夜／半夜	・2 giờ đêm　深夜2:00 ・3 giờ đêm　深夜3:00

小提醒 1 「rưỡi」是30分鐘或半小時的意思

❺ 「mấy giờ?」的用法

mấy giờ＋主語＋動詞

「mấy giờ?」是「幾點」的意思，通常用在詢問時間點，並放在句首。有時會在「mấy giờ?」前面加上「lúc」或「vào lúc」。

Ví dụ
例如
- Mấy giờ anh đi làm?　哥哥幾點上班？
- Mấy giờ chị tan làm?　姐姐幾點下班？
- Mấy giờ em đi ngủ?　妹妹幾點睡覺？

❻ 「lúc mấy giờ?」的用法

主語＋動詞＋lúc mấy giờ?

「lúc mấy giờ?」是「在幾點？」的意思，放在動詞的後方或句尾。通常用在詢問在某個時間點做某件事情。

Ví dụ
例如
- Anh ăn sáng lúc mấy giờ?　哥哥在幾點吃早餐？
- Chị thức dạy lúc mấy giờ?　姐姐在起點起床？
- Em đi làm lúc mấy giờ?　你在幾點上班？

「mấy giờ?」跟「lúc mấy giờ?」的比較

用法	mấy giờ?	lúc mấy giờ?
比較	Mấy giờ em đi làm? 你幾點上班？	Em đi làm lúc mấy giờ? 你在幾點上班？
	Mấy giờ chị thức dậy? 姐姐幾點起床？	Chị thức dậy lúc mấy giờ? 姐姐在起點起床？
	Mấy giờ anh ăn sáng? 哥哥幾點吃早餐？	Anh ăn sáng lúc mấy giờ? 哥哥在幾點吃早餐？

Bài
7

⑦「rưỡi」的用法

「rưỡi」是30分鐘或半小時的意思。

Ví dụ
例如
- 8 giờ rưỡi tối 晚上8點半
- 10 giờ rưỡi sáng 早上10點半
- 2 giờ rưỡi chiều 下午2點半

Buổi tối của Hồ Hoàn Kiếm

還劍湖的晚上

Buổi sáng của Hồ Hoàn Kiếm

還劍湖的早上

Vịnh Hạ Long

下龍灣

Lăng Chủ tịch Hồ Chí Minh

胡志明主席之陵墓

Luyện tập │ 練習

1 連連看

（1）Anh thường ăn sáng
lúc mấy giờ?   •   • a. Vào lúc 9 giờ sáng, em đi làm.

（2）Chị thường thức dậy lúc •
mấy giờ?   • b. Anh thường ăn sáng lúc 6 giờ
rưỡi sáng.

（3）Bây giờ là mấy giờ?   •   • c. 11 giờ tối em đi ngủ.

（4）Vào lúc 9 giờ sáng,   •   • d. Chị thường thức dậy lúc 5 giờ
em đi đâu?   sáng.

（5）Mấy giờ em đi ngủ?   •   • e. Bây giờ là 9 giờ sáng.

2 重組句子

（1）thư viện / đi / giờ sáng / tôi / vào lúc 10 / đọc sách

_____

（2）thức dậy / mấy giờ / chị thường / lúc

_____

（3）nấu cơm / bây giờ / đang / mẹ

_____

（4）vào lúc / ăn trưa / thường / trưa / chị ấy / 12 giờ

_____

（5）phút tối / tan làm / vào lúc / bố thường / 6 giờ 30

_____

Bài
7

越南人的上班時間

越南人很準時上下班,若超過時間下班,那就要算加班了。很多私人公司(含外商)都在早上7點30分就開始上班。越南沒像台灣有這麼多的連假,最長的連假是農曆過年(放5~8天)而週六也要上班,只有公務人員才休六日。

(1)私人公司(含外商)

休假日	每週上班六天,星期天休假。
上班時間	早上7點30分~11點30分 下午1點~4點半或5點

(2)政府單位、銀行

	政府單位	銀行
休假日	每週上班五天,週六有的銀行配合政府休全天,有的銀行休半天。	
上班時間	早上7點30分~11點30分 下午1點~4點半	早上8點或8點30~12點 下午1點或1點30~5點半

越南某店家的營業時間

營業時間
平日:8點半~17點半
星期六、星期天:9點~17點

Phở bò

牛肉河粉

Dung và Lan đến quán ăn Việt Nam ăn trưa.

蓉和蘭到越南餐館吃午餐。 ♪ MP3-38

Dung : Chào bà chủ xinh đẹp!

Bà chủ: Chào các em! Hôm nay quán có phở bò, phở gà, phở thập cẩm, gỏi cuốn, nem rán, bún thịt nướng, bánh mì pate, trà chanh và cà phê. Các em dùng gì?

Lan : Cám ơn bà chủ. Ồ! Toàn là món ăn ngon. Dung muốn ăn gì?

Dung : Xin hỏi, phở bò có cay không ạ?

Bà chủ: Không cay lắm đâu.

Dung : Vậy thì cho em một bát phở bò và một cốc trà chanh. Còn Lan?

蓉 ：漂亮的老闆娘好！

老闆娘：妳們好！今天店裡有牛肉河粉、雞肉河粉、綜合河粉、生春捲、炸春捲、烤肉米線、法國麵包、檸檬茶跟咖啡。妳們要用什麼餐？

蘭 ：謝謝老闆娘。啊！全是好吃的菜餚。妳想吃什麼？

蓉 ：請問，牛肉河粉有辣嗎？

老闆娘：不是很辣。

蓉 ：那麼，請給我一碗牛肉河粉和一杯檸檬茶。妳呢？

Lan　　: Xin cho em một bát bún thịt nướng, một cái bánh mì pate và một cốc cà phê không đá ít đường ạ. Cám ơn!

Bà chủ: Dạ, được. Mời các em ngồi.

Dung　: Mình cảm thấy ăn đi ăn lại thì món ăn Việt Nam vẫn là ngon nhất.

Lan　　: Lan cũng nghĩ như vậy.

Bài
8

蘭　　：請給我一碗烤肉米線、一個法國麵包和一杯不加冰少糖的咖啡，謝謝！
老闆娘：好的，妳們請坐。
蓉　　：我覺得，吃來吃去還是越南菜最好吃了。
蘭　　：我也這樣想。

quán ăn 餐館	**phở bò** 牛肉河粉	**phở gà** 雞肉河粉
phở thập cẩm 綜合河粉	**gỏi cuốn** 生春捲	**nem rán** 炸春捲
bún thịt nướng 烤肉米線	**bánh mì pate** 法國麵包	**trà chanh** 檸檬茶
cà phê 咖啡	**dùng** 用、用餐	**các em** 妳們
bà chủ / ông chủ 老闆娘／老闆	**ồ** 啊（表示驚喜）	**toàn là** 全是
món ăn 菜餚	**ngon** 好吃、好喝	**muốn** 想要
cay 辣	**chua** 酸	**mặn** 鹹
nhạt 淡	**ngọt** 甜	**đắng** 苦
chát 澀	**bát / tô (một bát = một tô)** 碗（一碗）	**cái (một cái)** 個（一個）
cốc / ly (một cốc = một ly) 杯（一杯）	**không đá / ít đá** 不加冰塊／少冰塊	**không đường / ít đường** 不加糖、無糖／少糖
cảm thấy 覺得	**ăn đi ăn lại** 吃來吃去	**vẫn là** 還是
ngon nhất 最好吃	**nghĩ như vậy** 這樣想	

Ngữ pháp | 文法解說

❶ 量詞的用法

量詞	例如
bát = tô 碗	• một bát cơm　一碗飯 • Xin cho tôi một bát cơm.　請給我一碗飯。
cái 個	• một cái bánh mì pate　一個法國麵包 • Xin cho tôi một cái bánh mì pate.　請給我一個法國麵包。
cốc = ly 杯	• một cốc trà sữa　一杯奶茶 • Tôi muốn uống một cốc trà sữa.　我想喝一杯奶茶。
chai 瓶	• một chai cô-ca　一瓶可樂 • Tôi muốn mua một chai cô-ca.　我想買一瓶可樂。
quả = trái 顆	• một quả xoài　一顆芒果 • Tôi muốn ăn một quả xoài.　我想吃一顆芒果。
người 位	• một người Đài Loan　一位台灣人 • Tôi quen một người Đài Loan.　我認識一位台灣人。

❷ 「Xin cho tôi」的用法

「Xin cho tôi」是「請給我」的意思，是非常有禮貌的用語。「xin」是客氣的說法，有時可以省略。

 Ví dụ / 例如

• Xin cho tôi một chai cô-ca.　請給我一瓶可樂。

• Xin cho tôi một quả xoài.　請給我一顆芒果。

• Cho tôi một bát cơm.　　給我一碗飯。

❸ 「không ... lắm đâu」的用法

「không ... lắm đâu」是「不是很……」的意思，通常用來形容人、事、物的性質。

Ví dụ / 例如

• Không xa lắm đâu.　不是很遠。

• Không mặn lắm đâu.　不是很鹹。

• Không ngọt lắm đâu.　不是很甜。

4 讚美語詞

　　用越南語讚美某人或某事物時，最常見的方式之一，就是在形容詞後面加上「nhất」（最），增強原本想要表達意思。

- ngon nhất　最好吃
- giỏi nhất　最厲害
- đáng yêu nhất　最可愛
- tốt nhất　最好
- xinh nhất　最漂亮
- đẹp nhất　最美

5 「mời」的用法

　　「mời」是動詞，指「請」的意思，屬於客氣用語。「mời」和「xin」有程度和用法上的差別，「xin」可省略但「mời」不能省略。

- Mời chị vào!　姐姐請進！
- Mời anh ăn cơm!　哥哥請吃飯！
- Mời thầy uống trà!　老師請喝茶！

6 「... đi ... lại」的用法

　　「... đi ... lại」是指「……來……去」，表示「多方嘗試或做過某事物」。可以套入動詞，例如：「hỏi」（問）變成「hỏi đi hỏi lại」（問來問去）、「nói」（說）變成「nói đi nói lại」（說來說去）。其他像是「chạy đi chạy lại」（跑來跑去）、「xem đi xem lại」（看來看去）等也很常聽到。

- Ăn đi ăn lại thì món ăn Việt Nam vẫn là ngon nhất.
  吃來吃去還是越南菜最好吃。
- Uống đi uống lại thì nước dừa vẫn là ngon nhất.
  喝來喝去還是椰子水最喝。

❼ 用餐的說法

在越南，一天三餐的飲食習慣跟台灣人一樣，有時還會加上宵夜（年輕人較喜歡吃宵夜）。越南的早餐大多都是吃牛肉河粉、米線、粉捲、糯米飯或法國麵包等，食物都很清淡，也會搭配生菜或檸檬、金桔等配料。

時段說法	用餐說法
sáng sớm　早晨	ăn sáng　吃早餐
(buổi) sáng　早上	ăn sáng　吃早餐
(buổi) trưa　中午	ăn trưa　吃中餐
(buổi) tối　晚上	ăn tối　吃晚餐
đêm khuya　深夜	ăn đêm　吃宵夜

Bổ sung từ vựng　補充詞彙

món ăn Đài Loan
台灣菜

món ăn Nhật Bản
日本菜

món ăn Hàn Quốc
韓國菜

món ăn Pháp
法國菜

món ăn Trung Quốc
中國菜

món ăn Thái
泰國菜

món ănViệt Nam
越南菜

món ăn Ý
義大利菜

① 請完成以下句子

（1）Ăn đi _____ lại thì _____ Việt Nam
vẫn _____ ngon nhất.

（2）Uống đi uống _____ thì nước dừa _____
là ngon _____.

（3）Hỏi đi _____ lại _____ anh ấy vẫn
_____ tốt nhất.

② 請用這些詞彙完成以下句子

cay, chua, mặn, ngọt

（1）Món ăn Hàn Quốc không _____ lắm đâu.

（2）Món ăn Đài Loan không _____ lắm đâu.

（3）Món ăn Trung Quốc không _____ lắm đâu.

（4）Món ăn Nhật Bản không _____ lắm đâu.

③ 請用這些量詞完成以下句子

cái, người, bát, quả, cốc

（1）Xin cho tôi một _____ cà phê.

（2）Xin cho tôi một _____ xoài.

（3）Cho tôi một _____ phở bò.

（4）Tôi quen một _____ Nhật Bản.

（5）Tôi muốn ăn một _____ bánh mì pate.

4 請將以下句子翻譯成中文

（1）Xin cho tôi một cốc cà phê không đá ít đường.

_____

（2）Cho tôi một quả xoài.

_____

（3）Ăn đi ăn lại thì món ăn Việt Nam vẫn là ngon nhất.

_____

（4）Món ăn Nhật Bản không mặn lắm đâu.

_____

Bài
8

越南菜的口味

　　很多人覺得越南料理既好吃又便宜，像是牛肉河粉、法國麵包、生春捲、炸春捲、涼拌木瓜、海鮮米線、煎餅……，究竟它們美味的祕密是什麼呢？

　　越南人除了喜歡吃酸、甜、辣的食物之外，還會用魚露來增加料理的獨特風味，有些外國人剛開始吃不習慣，覺得魚露有魚腥味。但是對越南人來說，若少了魚露這調味品，越南料理就變得不好吃了。另外，越南料理也會搭配生菜，例如：大陸妹、九層塔、香菜、薄荷葉、魚腥草、小黃瓜等，也常加入檸檬、金桔、香茅等配料來增加越南菜特別的風味。

　　隨著生活的便利性提高，現在在越南也吃得到法國菜、美國菜、中國菜、日本菜、韓國菜、台灣菜等，可以說是只要您想得出來的菜色都吃得到。這就是越南的國際化！

「越南料理」相關詞彙

phở bò	bánh mì pate	gỏi cuốn	nem rán	nộm đu đủ
牛肉河粉	法國麵包	生春捲	炸春捲	涼拌木瓜

bánh cuốn	bánh xèo	bún thịt nướng	rau sống	chè
粉捲	小煎餅	烤肉米線	生菜	甜點

Đây là ai?

這是誰？

Mai và Dung đang xem ảnh.

蓉和梅正在看照片。 ♪ MP3-40

Dung : Đây là ảnh của cả gia đình tớ.

Mai : Ảnh đẹp quá! Đây là ai vậy Dung?

Dung : À, đây là ông Dung. Ông Dung là bác sĩ.
Đây là bà Dung. Bà Dung là giáo viên.

Mai : Vậy đây là bố Dung, phải không?

Dung : Dạ, phải.

Mai : Bố Dung làm nghề gì?

Dung : Bố Dung là thương nhân.

Mai : Còn mẹ Dung thì sao?

Dung : Đây là mẹ Dung. Mẹ Dung là nội trợ.

Mai : Em trai kia là ai?

蓉：這是我全家的照片。
梅：照片好美。這是誰啊蓉？
蓉：啊，這是我阿公。我阿公是醫生。這是我阿嬤。我阿嬤是教師。
梅：那這是蓉爸爸，是嗎？
蓉：是的。
梅：蓉爸爸做什麼職業？
蓉：我爸爸是商人。
梅：那蓉媽媽呢？
蓉：這是蓉媽媽。我媽媽是家庭主婦。
梅：那位弟弟是誰？

四代同堂的家庭

Dung — Chồng Dung
Em gái Dung —
Mẹ Dung — Bố Dung
Em trai Dung

Bà Dung   Con gái Dung   Ông Dung

Dung : À, là em trai Dung. Em ấy là kỹ sư.

Mai   : Còn em gái kia là ai?

Dung : Là cm gái Dung. Em ấy là sinh viên.

Mai   : Bé gái này là con gái Dung, phải không?

Dung : Phải rồi, con là học sinh.

蓉：啊，是我弟弟。他是工程師。
梅：那位妹妹是誰？
蓉：是我妹妹。她是大學生。
梅：這位小妹妹是蓉的女兒，是嗎？
蓉：是的，我的孩子是學生。

♪ MP3-41

ảnh / chụp ảnh 照片／拍照	**cả / tất cả** 全部／所有	**gia đình** 家庭
tớ 我（朋友間較親切的自稱）	**đây / kia** 這／那	**ai** 誰
bác sĩ 醫生	**giáo viên** 教師／老師	**làm / nghề** 做、從事／工作、職業
thương nhân 商人	**thì sao** 怎麼樣	**nội trợ** 家庭主婦
kỹ sư 工程師	**sinh viên** 大學生	**học sinh** 學生
bé gái / bé trai 小女孩／小男孩	**con** 孩子	

bé gái   bé trai
女孩   男孩

chụp ảnh
拍照

① 「đây」和「kia」的用法

代名詞「đây」是「這」的意思，指東西離說話的人較近。代名詞「kia」是「那」的意思，指東西離說話的人較遠，但看得到的東西。

đây	kia
• A: Đây là ai? 這是誰？ B: Đây là anh trai tôi. 這是我的哥哥。 • A: Đây là ai? 這是誰？ B: Đây là chồng tôi. 這是我的老公。	• A: Kia là ai? 那是誰？ B: Kia là mẹ tớ. 那是我媽媽。 • A: Kia là ai? 那是誰？ B: Kia là vợ tôi. 那是我的老婆。

② 「phải không?」的用法

「phải không?」是附加問句，用來說明或確認前面所說的內容，相當於中文的「是嗎？」。回答時，會使用「phải」（是的）或「không phải」（不是）來表達肯定或否定，若能在「phải」或「không phải」的前面再加上「dạ」則非常有禮貌，表示很尊敬對方。

Ví dụ
例如

• A: Anh là sinh viên, phải không? 哥哥是大學生，是嗎？

B1: Dạ, phải. (Vâng ạ.) 是的。

B2: Dạ, không phải. 不是。

• A: Em là học sinh, phải không? 妳是學生，是嗎？

B1: Dạ, phải. (Vâng ạ.) 是的。

B2: Dạ, không phải. 不是。

• A: Chị là người Việt Nam, phải không? 姐姐是越南人，是嗎？

B1: Dạ, phải. (Vâng ạ.) 是的。

B2: Dạ, không phải. 不是。

Bài
9

③ 詢問對方的職業

在問對方的職業時，可以用「làm gì?」（做什麼？）或「làm nghề gì?」（做什麼職業？）去詢問。

Ví dụ
例如

- A: Bạn làm gì? 你做什麼？

  B1: Tôi là bác sĩ. 我是醫生。

  B2: Tôi làm bác sĩ. 我做醫生。

- A: Chị làm nghề gì? 姐姐做什麼職業？

  B1: Chị làm nghề luật sư. 我從事律師工作。

  B2: Chị làm luật sư. 我做律師。

「職業」相關詞彙

luật sư 律師	thông dịch viên 口譯員	ca sĩ 歌手
giám đốc 經理	nhân viên tiếp thị 業務（推銷員）	họa sĩ 畫家
lái xe / tài xế 司機	tiếp viên hàng không 空服員	công nhân 工人
kế toán 會計	nhà báo 新聞記者	thương nhân 商人

④ 性別的說法

越南語的性別有兩種說法，第一種是「gái」（女）和「trai」（男），通常會放在名詞的後方成為名詞的補語。

女性	男性
bé gái 小女孩	bé trai 小男孩
bạn gái 女朋友	bạn trai 男朋友
con gái 女兒	con trai 兒子
em gái 妹妹	em trai 弟弟
chị gái 姐姐	anh trai 哥哥

第二種是「Nữ」（女）和「Nam」（男），多用來介紹自己的性別，也常見於洗手間外的標示。

Ví dụ
例如

- học sinh nữ 女學生
- học sinh nam 男學生
- Nhà vệ sinh Nữ 女性洗手間
- Nhà vệ sinh Nam 男性洗手間

nhà vệ sinh
洗手間

Bài
9

1 請依照片上的人物順序，寫出問句與答句

| Dung,
giáo viên | Bạn Dung,
kỹ sư | Em gái Dung,
sinh viên | Con gái Dung,
học sinh |

範例：Q: Đây là ai?　這是誰？

A: Đây là Dung. Dung là giáo viên.　這是蓉。蓉是老師。

（1）Q: _____?

A: _____.

（2）Q: _____?

A: _____.

（3）Q: _____?

A: _____.

❷ 重組句子

（1）học / em / phải / không / là / sinh

_____

（2）giáo / đây / bà Dung / là / bà / là / Dung / viên

_____

（3）không / viên / là / anh / sinh / phải

_____

（4）trai / đây / ấy / là / chị / em

_____

（5）không / chị / con / kia / phải / trai / là

_____

❸ 連連看

（1）Đây là em gái tôi. •   • a. Đây là bạn gái chị ấy.

（2）Kia là bố anh ấy. •   • b. Chị gái tôi là giáo viên.

（3）Đây là mẹ cô ấy. •   • c. Em gái tôi là sinh viên.

（4）Kia là chị gái tôi. •   • d. Kia là bạn trai chị ấy.

（5）Đây là ai? •   • e. Bố anh ấy là họa sĩ.

（6）Kia là ai? •   • g. Mẹ cô ấy là bác sĩ.

Bài
9

越南人的家庭結構

（1）越南大都市的家庭

　　隨著社會的轉變以及國際化的影響，越南都市人的生活腳步變得很快速，房子、土地的價格飛漲，售價非常地貴，再加上新生代父母的觀念也較現代化：不一定要跟孩子同住，有空偶爾去看看孩子、孫子就好，越南真的很不一樣了。

　　或許，保留與尊重每個人的私人空間，反而會讓大家的感情更親密。因此越南大都市的家庭結構，都是以雙代同堂的小家庭為主，三代同堂較少見，四代同堂更罕見。

（2）越南鄉下的家庭

　　越南鄉下的家庭結構還是以三代同堂為主，也有四代同堂，雖然較少見。鄉下的大家喜歡住在一起，一般來說家人感情濃厚。住在鄉下的人也大都想法單純，因此能夠互相尊重、互相幫忙，連跟鄰居的感情都好到像兄弟似的。越南有一句話說：「bán anh em xa, mua lánh giềng gần.」，直譯是「賣遠兄弟，買近鄰居」，其實就是「遠親不如近鄰」。此外，還有一個現象，就是若家庭有很多孩子，父母會跟長男同住。

ảnh gia đình
家庭照

Đi ngân hàng đổi tiền

去銀行換錢

① Mai muốn đi ngân hàng đổi tiền.

梅想去銀行換錢。 ♪ MP3-42

Mai : Mình muốn đi ngân hàng đổi tiền.
Ở gần đây có ngân hàng không?

Dung : Có. Bạn cứ đi thẳng, sau đó rẽ trái, nhìn thấy ngã
tư rồi rẽ phải. Ngân hàng ở bên cạnh bệnh viện
Việt Đức đó.

Mai : Từ đây đến đó bao xa?

Dung : Không xa lắm, đi bằng xe đạp mất 8 phút.

Mai : Cám ơn Dung!

梅：我想去銀行換錢。
在這附近有銀行嗎？
蓉：有。你一直直走，然後左轉，看到十字路口再右轉。
銀行就在越德醫院旁邊。
梅：從這裡到那裡多遠？
蓉：不是很遠，騎腳踏車花8分鐘喔。
梅：謝謝蓉！

2 Mai muốn đổi Đài tệ sang tiền Việt.

梅想將台幣換成越盾。 ♪ MP3-43

Mai : Dung biết hôm nay tỉ giá tiền Đô và tỉ giá tiền Đài là bao nhiêu không?

Dung : Dung biết, bây giờ tỉ giá tiền Đô là 23,50 tỉ giá Đài tệ là 750. Mai muốn đổi tiền gì?

Mai : Mình muốn đổi tiền Đài sang tiền Việt.

Dung : Bạn muốn đổi bao nhiêu?

Mai : Khoảng một vạn Đài tệ.

Dung : Bạn đi đổi đi, hôm nay tỉ giá Đài tệ đang tăng.

Mai : Mình đi đây.

Dung : Cẩn thận nhé!

Mai : Cám ơn Dung!

梅：妳知道今天的美金匯率和台幣匯率是多少嗎？
蓉：我知道，現在美金匯率是23.50，台幣匯率是750。
　　梅想換什麼錢？
梅：我想將台幣換成越盾。
蓉：妳想換多少？
梅：大約一萬台幣。
蓉：妳去換吧，今天台幣匯率正在漲。
梅：我去囉。
蓉：小心喔！
梅：謝謝妳！

Bài
10

135

ngân hàng 銀行	**đổi tiền** 換錢	**cứ** 一直
đi thẳng 直走	**rẽ trái / rẽ phải** 左轉／右轉	**đi bằng** 搭乘
ngã tư 十字路口	**sau đó** 然後	**nhìn thấy** 看到
bên cạnh 旁邊	**bệnh viện Việt Đức** 越德醫院	**từ đây đến đó** 從這裡到那裡
bao xa 多遠	**đi bộ / đi xe đạp** 走路／騎腳踏車	**mất / tốn** 花費／花掉
tỉ giá 匯率	**tiền Đô** 美金	**tiền Đài / Đài tệ** 台幣
tiền Việt 越盾	**tăng / giảm** 漲（增值）／跌、下降（貶值）	**Cẩn thận nhé!** 小心喔！

xe máy
機車

xe đạp
腳踏車

Ngữ pháp │ 文法解說

① 「Ở gần đây có ... không?」的用法

「Ở gần đây có ... không?」當於中文的「在這附有……嗎？」。回答有兩種：「Dạ, có.」（是的，有。）表示肯定、「Dạ, không có.」（是的，沒有。）表示否定。

Ví dụ 例如

- A: Ở gần đây có ngân hàng không? 在這附近有銀行嗎？
  B: Dạ, có. 是的，有。
- A: Ở gần đây có thư viện không? 在這附近有圖書館嗎？
  B: Dạ, không có. 是的，沒有。
- A: Ở gần đây có công viên không? 在這附近有公園嗎？
  B: Dạ, có. 是的，有。

② 「đi bằng」＋交通工具

「đi bằng」相當於中文的「搭乘」，因此後方一定會接交通工具的名稱。

Ví dụ 例如

- Tôi đi học bằng xe buýt. 我搭公車去上學。
- Chị ấy đi Việt Nam bằng máy bay. 她坐飛機去越南。
- Anh ấy đi làm bằng tàu điện ngầm. 他搭捷運去上班。

③ 「từ ... đến」的用法

「từ ... đến」相當於中文的「從……到……」，表示時間或地點的開始跟結束。

Ví dụ 例如

- Từ nhà tôi đi bộ đến trường học mất 10 phút.
  從我家到學校走路花10分鐘。
- Em làm việc ở Đài Loan từ năm 2008 đến năm 2019.
  妹妹從2008年到2019年在台灣工作。
- Tôi học Đại học từ năm 2007 đến năm 2010.
  我從2007年到2010年在大學就讀。

❹ 「mất」的用法

「mất」相當於中文「所花費的時間」，通常會放在時間的前方。

Ví dụ
例如

- Tôi ăn sáng mất 15 phút.

  我吃早餐花了15分鐘。

- Con gái tôi đi bơi mất 1 tiếng rưỡi.

  我女兒去游泳花了1個半小時。

- Tôi đi làm bằng xe máy mất 40 phút.

  我騎機車去上班花了40分鐘。

❺ 用越南語表達美金、新台幣和越南盾

在越南語中，美國的國家縮寫是「AS」或「ASM」。美金的說法有兩種：「tiền Đô」或「Đô la Mỹ」，也可以用「USD」、「$.」來表示。

台灣的國家縮寫是「TW」或「TWN」。新台幣的說法有三種：「tiền Đài」、「Đài tệ」或「Tân Đài tệ」，也可以用「NT$」、「NTD」、「NT.」來表示。

越南的國家縮寫是「VN」或「VNM」。越南盾的說法有三種：「tiền Việt」、「Đồng Việt Nam」或「Việt Nam Đồng」，也可以用「VND」、「D.」來表示。

tiền Đô

美金

Đồng Yên Nhật

日幣

❻ Bổ sung từ vựng 補充詞彙

（1）「方向」相關詞彙

bên phải 右邊	phía trước 前面	phía đông 東邊	phía nam 南邊
bên trái 左邊	phía sau 後面	phía tây 西邊	phía bắc 北邊
bên trong 裡面	bên trên 上面	bên cạnh 旁邊	rẽ / ngoẹo phải 右轉
bên ngoài 外面	bên dưới 下面	đối diện 對面	rẽ / ngoẹo trái 左轉

（2）「地點」相關詞彙

thư viện 圖書館	bệnh viện 醫院	quán cà phê 咖啡店
trường học 學校	công viên 公園	quán trà sữa 珍奶店
trường đại học 大學學校	ngân hàng 銀行	quán chè 甜點店
bưu điện 郵局	nhà hàng 餐廳	quán ăn 餐館

（3）「外幣」相關詞彙

Đồng Yên Nhật 日幣	Nhân dân tệ 人民幣	Đài tệ 台幣
Bạt Thái Lan 泰銖	Bảng Anh 英鎊	Đồng Eur 歐元

① 請將以下句子翻譯成越南語

（1）我吃早餐花了45分鐘。

_____

（2）我搭公車去上班花了35分鐘。

_____

（3）在這附近有銀行和醫院。

_____

（4）我坐飛機去越南玩。

_____

（5）我老公去游泳花了2個小時。

_____

② 請用以下詞語來造句

（1）Ở gần đây

_____

（2）từ năm 2008 đến năm 2019

_____

（3）đi làm, mất

_____

（4）tiền Đài, tiền Việt

_____

（5）đi làm, xe máy

_____

在越南換匯

（1）在越南如何換錢

　　去越南旅遊時，有很多方式可換越南盾，可在機場換、到越南當地的銀行換、或跟導遊換，這些方式匯率都差不多。

　　另外一種是在銀樓換，匯率稍微好一些，由於越南的銀樓店家的數量多，因此換錢也方便許多。

　　在換越南盾之前最好上網查一下當天的匯率，心裡有個底，換錢較安心。點鈔時也要特別注意，因為可能會夾有假鈔。

　　越南盾最大面額是50萬越盾，跟10萬越盾的紙鈔長得很像，所以要看清楚錢的面值，不然數錢或買東西時有可能會搞錯。換了錢之後，由於越盾面額很大，讓我們一下子變成百萬富翁！

（2）在旅遊景點換錢

　　若是人已經到了旅遊景點，卻還沒將身上的外幣換成越盾也沒關係，您可以上網看看附近是否有銀行或銀樓。

Đi ngân hàng đổi tiền
去銀行換錢

　　然而，若不是透過上述管道換錢，就要特別謹慎了，像在河內還劍湖附近，還會有人問您要不要換錢，這時候真的要小心，可能會有假鈔，尤其有時匆匆忙忙，當下很難辨識鈔票真偽，所以還是建議大家在銀樓或銀行換錢比較保險。

MEMO

Bài 11
第十一課

Măng cụt rất ngon

山竹很好吃

Hội thoại | 會話

Dung mua hoa quả.

蓉買水果。 ♪ MP3-45

Bà chủ: Cháu mua đi! Măng cụt vừa ngọt lại vừa tươi.

Dung : Măng cụt một cân bao nhiêu tiền ạ?

Bà chủ: 50.000 đồng.

Dung : Đắt quá! 40.000 đồng được không?

Bà chủ: 45.000 đồng nhé! Cô bán mở hàng vậy.
Cháu lấy mấy cân?

Dung : Dạ, cho cháu ba cân ạ. Xin cho cháu một quả mít
và hai cân xoài xanh nữa ạ.

Bà chủ: Của cháu tổng cộng là 350.000 đồng.

Dung : Vâng ạ! Cháu cám ơn!

Bà chủ: Cám ơn cháu! Lần sau lại đến mua nhé.
Cô bán rẻ cho.

Dung : Vâng ạ!

老闆娘：妳買吧！山竹又甜又新鮮。

蓉 ：山竹一斤多少錢？

老闆娘：5萬越盾。

蓉 ：好貴！4萬越盾可以嗎？

老闆娘：4萬5越盾啦！我開市啊。
（「開市」是「您是今天第一位客人」的意思）
妳買幾斤？

蓉 ：是的，給我三斤。請再給我一顆波蘿蜜和兩斤芒果青。

老闆娘：妳的總共是35萬越盾。

蓉 ：好的！謝謝！

老闆娘：謝謝妳！下次再來買喔。我便宜賣。

蓉 ：好的！

chôm chôm
紅毛丹

xoài xanh
芒果青

dâu tây
草莓

ổi
芭樂

nho
葡萄

sầu riêng
榴槤

bơ
酪梨

vải
荔枝

Bài
11

145

♪ MP3-46

bà chủ / ông chủ 老闆娘／老闆	**măng cụt** 山竹	**vừa ... vừa** 又⋯⋯又⋯⋯
ngọt 甜	**tươi** 新鮮	**lại** 又
một cân 一公斤	**bao nhiêu tiền** 多少錢	**đồng** 盾（越南錢幣單位）
đắt / rẻ 貴／便宜	**mở hàng** 開市（當天的第一位客人上門）	**mua / bán** 買／賣
tổng cộng 總共	**lần sau** 下次	**mít / xoài xanh** 波羅蜜／芒果青

bà chủ
老闆娘

ông chủ
老闆

Ngữ pháp | 文法解說

❶ 認識越盾

越盾最小的面額為「hai trăm đồng」（200越盾），最大為「năm trăm nghìn đồng」（50萬越盾）。最小面額的價值太少，因此多用在去拜拜時放的香油錢。

另外，「năm trăm nghìn đồng」（50萬越盾）跟「một trăm nghìn đồng」（10萬越盾）長得很像，對外國人來說很容易混淆，使用時請特別注意喔。

越南的錢都是紙鈔。以前曾經發行過硬幣，但面額太小不好用，再加上人民也不習慣，所以到了2007年硬幣就不再流通於市面了。

・ **不同面額的越盾**

hai trăm đồng
200越盾

năm trăm đồng
500越盾

một nghìn đồng
1.000越盾

hai nghìn đồng
2.000越盾

năm nghìn đồng
5.000越盾

mười nghìn đồng
10.000越盾

hai mươi nghìn đồng
20.000越盾

năm mươi nghìn đồng
50.000越盾

một trăm nghìn đồng
100.000越盾

hai trăm nghìn đồng
200.000越盾

năm trăm nghìn đồng
500.000越盾

Bài
11

② 「vậy」和「nhé」的用法

「vậy」和「nhé」是語助詞「啊、啦」、「喔」的意思，通常會放在句尾。

Ví dụ / 例如
- Chị mua gì vậy?　姐姐買什麼啊？
- Em làm gì vậy?　妹妹做什麼啊？
- Anh đi làm nhé.　哥哥去上班喔。
- Chị đi đường cẩn thận nhé.　姐姐路上小心喔。

③ 講價、議價的用語

去越南旅遊時，一定得用上以下的句子，請好好記起來喔！

Ví dụ / 例如
- Đắt quá! Bán rẻ một chút đi!　好貴！賣便宜一點吧！
- Giảm giá một chút đi!　降價一點吧！
- Bớt cho em một chút được không?　算我便宜一點可以嗎？

④ 量詞「quả」和「trái」

對於「水果」這個字，以及「顆、個、根」等計算水果的量詞，南北越習慣用詞不同：北越用「hoa quả」（水果）、「quả」（顆）；南越用「trái cây」（水果）、「trái」（顆）。

Ví dụ / 例如
- 2 quả chôm chôm　兩顆紅毛丹
- 2 trái chôm chôm　兩顆紅毛丹

提醒大家：當說到數量時，才會用到量詞。一般說水果時，只要說出水果的名字就好了。

Ví dụ / 例如
- Em thích ăn xoài. → Em thích ăn hai quả xoài.
  我喜歡吃芒果。　　　　我喜歡吃兩顆芒果。
- Bố thích ăn măng cụt. → Bố thích ăn năm quả măng cụt.
  爸爸喜歡吃山竹。　　　　爸爸喜歡吃五顆山竹。

其他常用量詞

量詞	例如
cân 公斤	• nửa cân 半公斤 • Nửa cân <u>vải</u> bao nhiêu tiền? 半公斤荔枝多少錢？
nải 串	• nửa nải 半串 • Một nải <u>chuối</u> mấy cân ạ? 一串香蕉幾斤？
cốc (=ly) 杯	• một cốc (=một ly) 一杯 • Một cốc <u>trà</u> bao nhiêu tiền? 一杯茶多少錢？
bó 把	• một bó 一把 • Bó <u>rau</u> này non quá! 這把菜好嫩！
con 隻、條	• hai con cá 兩隻魚 • Hai con cá này tươi quá! 這兩條魚好新鮮！
người 人	• ba người 三個人 • Ba người Hàn Quốc 三個韓國人
cái 支	• hai cái điện thoại 兩支手機 • Hai cái điện thoại này đẹp quá! 這兩支手機很好看！
bát (=tô) 碗	• năm bát 五碗 • Cho em năm bát phở bò ạ. 給我五碗牛肉河粉。

⑤ 「bao nhiêu」的用法

　　「bao nhiêu」是疑問詞，相當於中文的「多少」，通常用來問東西的價錢，年齡或數量。

 • Một cân xoài bao nhiêu tiền? 一斤芒果多少錢？
　　• Cái này bao nhiêu tiền? 這個多少錢？
　　• Năm nay anh bao nhiêu tuổi? 哥哥今年幾歲？
　　• Con lợn này bao nhiêu cân? 這隻豬多少斤？
　　• Quả mít này bao nhiêu tiền? 這顆波羅蜜多少錢？

❶ 請用「bao nhiêu」跟「mấy」來完成以下句子

（1）Một cân chôm chôm _____ tiền?

（2）Năm nay chị _____ tuổi?

（3）Gia đình em có _____ người?

（4）Năm nay em _____ tuổi?

（5）Hôm nay là thứ _____?

❷ 連連看

（1）bát   •   • a. cá

（2）ly   •   • b. điện thoại

（3）con   •   • c. măng cụt

（4）cái   •   • d. phở bò

（5）nửa cân •   • e. cà phê

❸ 請用這些詞彙完成以下會話

cám ơn, nhé, mở hàng, đi

A: Chị ơi, mua rau _____. Rau tươi lắm.

B: Bao nhiêu một bó.

A: 5.000 đồng.

B: 4.000 đồng _____?

A: Dạ vâng, tôi bán _____ cho chị.

B: _____ chị!

越南人喜歡的水果

（1）鳳梨釋迦

越南地處熱帶氣候區，因此水果種類相當豐富。每個季節都有不同的水果，鮮甜又好吃。

不過值得一提的是，越南沒有鳳梨釋迦，因此每到產季，在台灣的越南人一定選鳳梨釋迦，當成最佳、最必買的伴手禮。而收到這份禮的越南人，也會特別開心，並漸漸地愛上了台灣的水果。

（2）芒果青

芒果青酸酸甜甜的，光是提到它就令人不自覺地吞口水。越南人幾乎都愛吃，特別是女生。吃時，若能再配上一盤辣椒鹽巴或魚露，更是人間美味。

在越南購物

（1）講價議價

在越南，很多地方都可以議價，特別是在傳統市場、路邊或觀光景點，更是一定要殺價。一般殺個對折或七折都是可以的，若您客氣的話，就真的會買貴了。

（2）「cân」（公斤）的意義

台灣人說的「斤」，多半是指「台斤」也就是600公克。在越南，「một cân」（一公斤）指的一定是1000公克，而「nửa cân」

Bài
11

（半公斤）就是500公克。初次到台灣買東西的越南人，若一開始不知道這個差別，會因此懷疑重量；相對的，當您在越南買東西時，會覺得東西變多了，那就真的不用懷疑喔！

· Bổ sung từ vựng　補充詞彙

hoa quả	mít	cherry	bắp ngô
水果	波羅蜜	櫻桃	玉米

hành	cà chua	hành tây	khoai môn
蔥	蕃茄	洋蔥	芋頭

cà tím	rau muống	bắp cải	dưa chuột
茄子	空心菜	高麗菜	小黃瓜

bí đỏ	rau khoai lang	khoai lang	mướp
南瓜	地瓜葉	地瓜	絲瓜

Bạn bị sốt rồi

你發燒了

Hội thoại | 會話

Mai và Hoa chuẩn bị đi học.

梅和花準備上學。 ♪ MP3-47

Mai: Hoa ơi, đi học thôi.

Hoa: Mình cảm thấy đau đầu và khó chịu.

Mai: Mai xem nào. Trời ơi, trán bạn nóng quá. Bạn bị sốt rồi, phải đi khám bác sĩ ngay. Mình xin phép cô giáo giúp cho.

Hoa: Vậy cũng được. Cám ơn Mai.

Mai: Hoa nhớ nghỉ ngơi, uống thuốc và uống nhiều nước nhé.

Hoa: Mình biết rồi. Mình đi khám đây.

Mai: Đi đường cẩn thận nhé.

Hoa: Mình sẽ cẩn thận, tạm biệt.

Mai: Chúc Hoa mau khỏe nhé, bye.

Hoa: Mình cám ơn!

梅：花啊，上學了。

花：我覺得頭痛和不舒服。

梅：我看看。天啊，妳的額頭好燙。妳發燒了，要馬上去看醫生。
　　我幫你跟老師請假。

花：這樣也好，謝謝妳。

梅：花記得休息、吃藥和多喝水喔。

花：我知道了。我去看醫生喔。

梅：路上小心喔。

花：我會小心，再見。

梅：祝妳早日康復喔，再見。

花：謝謝！

♪ MP3-48

đau đầu 頭痛	**khó chịu** 不舒服	**xem nào** 看看
trời ơi 天啊	**trán** 額頭	**nóng / sốt** 熱／發燒
biết 知道	**bác sĩ / khám bác sĩ** 醫生／看醫生	**ngay** 馬上
xin phép 請假	**giúp** 幫忙	**nhớ** 記得、想
nghỉ ngơi 休息	**thuốc / uống thuốc** 藥／吃藥	**đi đường** 路上
cẩn thận nhé 小心喔		

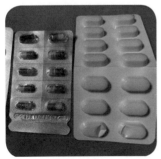

thuốc
藥

nghỉ ngơi
休息

giúp
幫忙

Bài
12

155

① 「bị」的用法

「bị」相當於中文「被」的意思，是被動的動詞，通常會放在動詞前方表示「不如意的」。

Ví dụ 例如
- Anh ấy bị đau đầu và sốt cao. 他頭痛和發高燒。
- Tôi bị đau họng và ho. 我喉嚨痛和咳嗽。
- Em ấy bị đau bụng. 她肚子痛。

② 「khám」的用法

「khám」是動詞，相當於中文「看／檢查」的意思。「khám」的後方接名詞，表示該身體部位需要檢查。通常在前方會搭配「đi」（去），例如：「đi khám da」（去看皮膚）。

Ví dụ 例如
- Hôm nay, con gái em đi khám da.

  今天我女兒去看皮膚。

- Mỗi tháng, ông nội phải đi bệnh viện khám thận 1 lần.

  每個月阿公要去醫院檢查腎臟一次。

- Tháng sau, mẹ em phải đi khám răng.

  下個月我媽媽要去看牙齒。

「khám」的其他常見用法

khám tay	khám da	khám thận
看／檢查手	看／檢查皮膚	看／檢查腎臟
khám răng	khám gan	khám tim
看／檢查牙齒	看／檢查肝臟	看／檢查心臟

③ 「uống」 的用法

在一般的情況下,「uống」是中文「喝」的意思,但這個字有個特別的用法:「uống thuốc」也就是「吃藥」。

「uống」 的用法比較

用法	吃藥的意思	喝的意思
例如	• uống thuốc　吃藥 • uống Vitamin C　吃維他命C	• uống nước　喝水 • uống nước dừa　喝椰子水 • uống trà sữa　喝奶茶

 Ví dụ 例如
• Uống quá nhiều Vitamin sẽ không tốt cho sức khỏe.
吃太多維他命對健康不好。

• Em không thích uống thuốc, chỉ thích uống sinh tố bơ.
我不喜歡吃藥,只喜歡喝酪梨牛奶。

• Tôi thích uống trà sữa Đài Loan.
我喜歡喝台灣奶茶。

④ 「cảm thấy」 的用法

「cảm thấy」(或thấy)相當於中文「覺得、感到」的意思,也可單純用來表達對某事物有了感受。

Ví dụ 例如
• Chị ấy cảm thấy đau đầu.　她覺得頭痛。

• Tôi cảm thấy rất mệt.　我感到很累。

• Vào mùa đông, bà nội em cảm thấy rất lạnh.
在冬天,我阿嬤覺得很冷。

• Ông ấy cảm thấy rất vui mừng.
阿公感到很開心。

• Chị ấy cảm thấy không tự tin lắm.
她覺得不那麼有自信。

mệt　累

vui mừng　開心

Bài
12

157

1 請選出適合的答案

（1）Tôi thích _____ trà sữa Đài Loan.

    A. ăn   B. uống   C. ăn uống   D. xem

（2）Ông nội tôi phải _____ thận mỗi ngày.

    A. ăn thuốc   B. uống thuốc   C. mua thuốc   D. bán thuốc

（3）Tháng sau, mẹ tôi phải đi khám _____.

    A. ăn thuốc   B. uống thuốc   C. bán thuốc   D. bác sĩ

（4）Anh ấy _____ đau đầu và sốt cao.

    A. nói   B. làm   C. xem   D. bị

（5）Hôm nay, con gái chị ấy đi _____ da.

    A. bị   B. làm   C. xem   D. khám

2 重組句子

（1）thận / 1 lần / phải đi / ông nội tôi / bệnh viện / khám / mỗi tháng

    _____

（2）bơ / thích / thuốc / không / chỉ / em / uống / thích / sinh tố / uống

    _____

（3）răng / em / đi / tháng sau / phải / khám / mẹ

    _____

（4）quá / sẽ không / uống / cho / sức khỏe / Vitamin / tốt / nhiều

    _____

（5）sốt cao / và / bị / đau đầu / anh ấy

    _____

❸ 請將以下句子翻譯成越南語

（1）每個月我阿公要去醫院檢查心臟一次。

_____ .

（2）他喉嚨痛和發燒。

_____ .

（3）明天我爸爸要去看牙齒。

_____ .

（4）我不喜歡吃藥，只喜歡喝芒果牛奶。

_____ .

（5）吃太多維他命對健康不好。

_____ .

（6）在冬天，我阿公覺得很冷。

_____ .

（7）我阿公感到很開心。

_____ .

（8）我覺得不那麼有自信。

_____ .

Bài
12

在越南看醫生

越南醫療體系與技術，跟台灣比起來，落差太大了。越南健保制度不完善，甚至可以說是很簡陋。因此低收入的人家根本沒錢去看醫生，只好去藥局買藥，吃個安心而已。說起來很可悲，但實際的狀況的確是如此。因為對沒健保也沒錢買保險的人來說，看個醫生貴得嚇人，所以有句話說：「沒錢的人沒權力生病」，就是這樣來的。而且即使有錢去看醫生，若想得到更好的醫療服務與品質，還得付出更多的金錢。這是越南社會不可告人的一面，其實住在越南久了，就會懂這個遊戲規則。

在越南，看醫生的地方有以下幾種：

・小診所（trạm xá）

服務範圍最小，檢查項目不多，只有外科跟感冒症狀等，沒有納入健保福利制度。內科問題需要轉到醫院做更進一步的檢查。每個村子都會有一間小診所。

・大型私人診所（phòng khám đa khoa）

服務範圍比小診所大，醫療設備先進、環境舒適，服務態度相當好。費用大多是自行負擔，嚴重的問題還是要轉到醫院做更進一步的檢查。較集中在各縣市經濟發展較好與人潮眾多的地區。

・各地方醫療站（Sở y tế）

服務範圍比小診所大，檢查項目含內外科等但未齊全，僅少部分有納入健保福利制度。嚴重的問題還是要轉到醫院做更進一步的檢查。每個縣市都會有一個醫療站。

・私人醫院（bệnh viện tư nhân）和
大型國家醫院（bệnh viện quốc gia）

服務範圍大，檢查項目齊全、設備先進，有納入健保跟保險的福利制度。集中在各縣市經濟發展較好與人潮眾多的地區。

Mùa hè

夏天

Bạn thích mùa gì? 你喜歡什麼季節？

Mình thích mùa hè. 我喜歡夏天。

Hội thoại | 會話

Lan hỏi Mai về kế hoạch của mùa hè này.

蘭問梅關於這夏天的計畫。 ♪ MP3-49

Lan: Mai à. Mùa hè này, bạn có về Việt Nam thăm bố mẹ bạn không?

Mai: Mùa hè này, tớ bận viết luận văn không về được. Vào mùa thu, tớ sẽ về quê. Mùa thu thời tiết đẹp, rất thích hợp đi Đà Nẵng, Hội An và Đà Lạt du lịch.

Lan: Ở Hà Nội, mùa hè có nóng như ở Đài Loan không?

Mai: Khí hậu của miền Bắc Việt Nam cũng giống như khí hậu của Đài Loan. Một năm có bốn mùa: mùa xuân, mùa hè (hạ), mùa thu, mùa đông. Mùa hè thường rất nóng. Mùa đông lạnh nhưng không có tuyết rơi. Khí hậu của miền Nam Việt Nam chỉ có hai mùa: mùa mưa và mùa khô, không có mùa đông, chỉ có mùa hè và thường rất nóng.

蘭：梅啊。這個夏天，妳會回越南看妳爸爸媽媽嗎？
梅：這個夏天我忙著寫論文，沒辦法回去。在秋天我會回家鄉。秋天天氣好，很適合去峴港、會安、大勒旅行。
蘭：在河內，夏天也像台灣這麼熱嗎？
梅：越南北部的氣候也像台灣的氣候一樣，一年有四個季節：春、夏、秋、冬。夏天通常很熱。冬天冷，但沒有下雪。越南南部的氣候只有兩個季節：雨季和乾季，沒有冬天，只有夏天，通常很熱。

Lan: Ồ, mình hiểu rồi. Cám ơn Mai!

Mai: Khi nào rảnh, mời Lan về nhà Mai chơi nhé.

Lan: Nhất định rồi.

| Đà Lạt | Nha Trang | Tòa nhà 68 tầng | chợ tình Sa-pa |
| 大勒 | 芽莊 | 金融塔 | 沙壩愛情市場 |

蘭：哇，我懂了。謝謝妳！
梅：有空時，請到我家玩喔。
蘭：一定的。

MP3-50

mùa hè / mùa hạ 夏天	**này / kia** 這／那	**thăm** 看、探望、拜訪
bận 忙	**viết** 寫	**luận văn** 論文
về nhà / về quê 回家／回家鄉	**mùa thu** 秋天	**thời tiết** 天氣
thích hợp 適合	**Đà Nẵng / Hội An** 峴港／會安	**Đà Lạt / Nha Trang** 大勒／芽莊
khí hậu 氣候	**nóng / lạnh** 熱／冷	**tuyết rơi** 下雪
bão / gió 颱風／風	**mưa / mưa phùn** 雨／毛毛雨	**miền Bắc** 北部
miền Trung 中部	**miền Nam** 南部	**mùa xuân / mùa đông** 春天／冬天
mùa mưa / mùa khô 雨季／乾季	**hiểu / không hiểu** 懂／不懂	**giải thích** 解釋
chỉ có 只有	**khác biệt** 差別	**khi nào** 什麼時候
nhất định rồi 一定的	**thì ra** 原來	

Ngữ pháp | 文法解說

① 「ở」的用法

「ở」是助詞，相當於中文「在……地點」的意思。「ở」的後方要接名詞或專有名詞（如：地名）。

Ví dụ 例如
- Ở Sài Gòn không có mùa đông.
  在西貢沒有冬天。
- Nhà em ở Hải Phòng.
  我家在海防。
- Mùa hè ở Việt Nam nóng lắm, có lúc nhiệt độ lên tới 40 độ C.
  夏天在越南很熱，有時溫度升到40度。
- Ở nhà thoải mái hơn so với ở khách sạn.
  在家比在飯店舒服。
- Ở đâu cũng được, miễn là sống vui vẻ và hạnh phúc.
  只要活得快樂和幸福，在哪裡都可以。

② 「vào」的用法

「vào」相當於中文「在……時間」的意思，通常會放在句首或時間的前面。

Ví dụ 例如
- Vào mùa hè này, gia đình tôi sẽ đi Cao Hùng chơi.
  在這個夏天，我的家庭會去高雄玩。
- Vào mùa xuân, khí hậu thường mát mẻ và dễ chịu.
  在春天，氣候通常涼爽和舒服。
- Con gái tôi sinh vào mùa đông.
  我女兒是在冬天出生的。
- Vào mùa hè, rất thích hợp đi Vịnh Hạ Long chơi.
  在夏天，很適合去龍灣玩。
- Vào tháng 5, rất thích hợp đi Sa Pa ngắm ruộng lúa bậc thang.
  在五月，很適合去沙壩賞梯田。

Bài 13

❸「thường」的用法

「thường」指「通常、常常」，用來形容事物具有常態性。通常「thường」會放在動詞或形容詞的前方。

Ví dụ 例如

- Mùa hè thường rất nóng và có bão.

  夏天通常很熱和有颱風。

- Mùa đông thường rất lạnh.

  冬天通常很冷。

- Mùa thu thường có lá vàng rơi rất lãng mạn.

  秋天通常有楓葉飄落非常浪漫。

- Mùa xuân thường thích hợp đi chùa và ngắm hoa.

  春天通常適合去廟宇和賞花。

- Mùa hè thường thích hợp đi bãi biển chơi.

  夏天通常適合去海邊玩。

❹「cũng giống như」的用法

「cũng giống như」是代名詞，用來代替某種名稱、詞語或說法，相當於中文「……也一樣」的意思。

Ví dụ 例如

- Mùa hè ở Việt Nam rất nóng, cũng giống như mùa hè của Đài Loan.

  在越南，夏天很熱，跟台灣的夏天一樣。

- Ở Việt Nam, vào tháng bảy thường có bão, cũng giống như tháng bảy của Đài Loan.

  在越南，七月常有颱風，跟台灣的七月一樣。

- Anh ấy cũng giống như tôi thích ăn món ăn Việt Nam.

  他也跟我一樣喜歡吃越南菜餚。

- Tôi cũng giống như chị ấy thích học tiếng Trung.

  我也跟她一樣喜歡學中文。

⑤「chỉ có」的用法

「chỉ có」相當於中文「只有」的意思。通常會放在句首或是名詞前方。

Ví dụ
例如
- Chỉ có mùa đông là rất lạnh.

  只有冬天是很冷的。

- Chỉ có anh ấy yêu chị ấy nhất thôi.

  只有他最愛她啦。

- Chỉ có mùa thu là đẹp nhất.

  只有秋天最美。

- Chỉ có anh ấy thích ăn cay.

  只有他喜歡吃辣。

- Chỉ có bố mẹ mới yêu thương con cái vô điều kiện.

  只有父母才無條件地疼愛孩子。

⑥「nhưng」的用法

「nhưng」是連接詞,相當於中文「但、但是」的意思。通常會用在句子中間,表示轉折。

Ví dụ
例如
- Bên ngoài mưa rất to nhưng tôi vẫn phải đi làm.

  外面雨很大但我還是要去上班。

- Mặc dù đồ ăn còn rất nhiều nhưng mọi người đều no rồi.

  雖然食物還有很多但是大家都飽了。

⑦「khi nào / bao giờ」的用法

「khi nào / bao giờ」是疑問詞，相當於中文「何時、什麼時候」的意思，可放在句尾或句首，表示詢問「事情或行為在未來何時發生」。有時也會搭配「sẽ」（將要）一起使用，但省略「sẽ」並不影響句意。

> **khi nào / bao giờ＋主語＋（sẽ）＋動詞**

Ví dụ
例如

- A: Khi nào bạn sẽ về quê?　你什麼時候會回家鄉？

  B: Tháng sau tớ sẽ về quê.　下個月我會回家鄉。

- A: Khi nào bạn đi Hà Nội chơi?　何時你去河內玩？

  B: Tuần sau tớ đi Hà Nội chơi.　下週我去河內玩。

- A: Bao giờ sẽ có mưa?　什麼時候會下雨？

  B: Chiều nay sẽ có mưa.　今天下午會下雨。

về quê
回家鄉

đi Hà Nội chơi
去河內玩

mưa
下雨

Luyện tập | 練習

❶ 請用以下語詞來造句

（1）ở

_____

（2）thường

_____

（3）vào

_____

（4）chỉ có

_____

（5）nhưng

_____

❷ 請選出適合的答案

（1）Khí hậu của miền Nam Việt Nam chỉ có _____.

    A. hai mùa   B. ba mùa   C. bốn mùa   D. một mùa

（2）Khí hậu của miền Bắc Việt Nam có _____.

    A. hai mùa   B. năm mùa   C. bốn mùa   D. ba mùa

（3）Mùa hè nóng _____ thường có bão.

    A. chỉ có   B. vào   C. nhưng   D. ở

（4）Anh ấy sinh _____ mùa hè.

    A. chỉ có   B. vào

    C. khi nào / bao giờ   D. ở

（5）_____ mùa đông là lạnh nhất.

    A. Chỉ có   B. Vào

    C. Nhưng   D. Khi nào / Bao giờ

Bài
13

❸ 請用「khi nào / bao giờ」寫出問句

（1）A: _____?

　　 B: Tháng sau tớ đi Nhật chơi.

（2）A: _____?

　　 B: Chiều nay sẽ có bão.

（3）A: _____?

　　 B: Tháng sau tớ sẽ về quê.

（4）A: _____?

　　 B: Tuần sau anh ấy sẽ kết hôn.

（5）A: _____?

　　 B: 2 giờ chiều tớ đi làm.

kết hôn　　　　　　đi làm　　　　　đi Nhật chơi

結婚　　　　　　　上班　　　　　　去日本玩

越南的氣候

（1）越南北部的氣候

北部四季分明，氣候的變化很明顯，天氣也比較涼爽一些。每年的11～3月為冬季（會冷，尤其農曆過年期間最冷），感覺就像台灣高雄、屏東的冬天。每年的7～10月是夏季，常有颱風及水災。

農曆過年後，由於氣候回暖卻不會太熱，所以大家特別喜歡利用這段時間去廟裡拜拜，祈求一整年的平安、順利、發大財。也喜歡去賞花、看風景等，比如河內郊區或沙壩等地遊玩。

夏天炎熱多雨，因此很適合去海邊玩水，比如去中越的峴港、芽莊、頭頓、大勒（被稱為避暑勝地）以及北越的下龍灣、陸龍灣、塗山、吉婆島、等地遊玩。

（2）越南南部的氣候

南部氣候炎熱乾燥，每年5～10月為雨季、11～4月為乾季，氣溫約20℃～35℃；10月晝短夜長、4月夜短晝長，12月為最冷。在8月到10月之間會有颱風。胡志明市附近很容易有午後雷陣雨，因此去南部玩的朋友們，除了攜帶防曬外套跟防曬乳之外，也要記得攜帶雨具，像是輕便雨衣、雨傘，以免突然下雨，變成落湯雞了。

mùa mưa
雨季

mùa khô
乾季

MEMO

Giải đáp

解答

第一課

❶ 請根據以下的圖片練習打招呼

（1）A: <u>Chào anh! Anh có khỏe không?</u> 哥哥你好！哥哥好嗎？

B: <u>Chào em! Anh khỏe, cám ơn em!</u> 妳好！我好，謝謝妳！

（2）A: <u>Chào bạn! Bạn có khỏe không?</u> 你好！你好嗎？

B: <u>Chào bạn! Tôi khỏe, cám ơn bạn!</u> 你好！我好，謝謝你！

❷ 請完成以下對話

（1）A: Em tên <u>là</u> gì? 你的名字是什麼？

B: Em <u>tên</u> Dung. 我的名字是蓉。

（2）A: Lâu <u>quá</u> không <u>gặp</u>. Anh <u>có</u> khỏe <u>không</u>? 好久不見。你好嗎？

B: Dạ, <u>em</u> khỏe. Cám ơn <u>anh</u>! 是的，我好。謝謝你！

❸ 請寫出下列問題的答句

（1）Anh tên là gì? 你的名字是什麼？

<u>Anh tên là Vinh.</u> 我的名字是榮。

（2）Anh có khỏe không? 你好嗎？

<u>Anh khỏe.</u> 我好。

（3）Bạn thích ăn gì? 妳喜歡吃什麼？

<u>Tôi thích ăn bún thịt nướng.</u> 我喜歡吃烤肉米線。

（4）Bạn tên là gì? 你的名字是什麼？

<u>Tôi tên là Dung.</u> 我的名字是蓉。

❶ 請根據以下的範例來完成句子

（1）chị ấy 她、Mai 梅

A: <u>Chị ấy tên là gì?</u> 她的名字是什麼？

B: <u>Chị ấy tên là Mai.</u> 她的名字是梅。

（2）bác ấy 他、Minh 明

A: <u>Bác ấy tên là gì?</u> 他的名字是什麼？

B: <u>Bác ấy tên là Minh.</u> 他的名字是明。

（3）chị 姐姐、Hoa 花

A: <u>Chị tên là gì?</u> 姐姐的名字是什麼？

B: <u>Chị tên là Hoa.</u> 姐姐的名字是花。

❷ 請根據以下的範例來完成句子

（1）chị 姐姐、Nhật Bản 日本

A: <u>Chị là người nước nào?</u> 姐姐是哪國人？

B: <u>Chị là người Nhật Bản.</u> 姐姐是日本人。

（2）chị ấy 她、Thái Lan 泰國

A: <u>Chị ấy là người nước nào?</u> 她是哪國人？

B: <u>Chị ấy là người Thái Lan.</u> 她是泰國人。

（3）anh ấy 他、Pháp 法國

A: <u>Anh ấy là người nước nào?</u> 他是哪國人？

B: <u>Anh ấy là người Pháp.</u> 他是法國人。

（4）bác ấy 他、Anh 英國

A: <u>Bác ấy là người nước nào?</u> 他是哪國人？

B: <u>Bác ấy là người Anh.</u> 他是英國人。

❸ 請根據以下的範例來完成句子

（1）chị 姐姐、tiếng Nhật 日文

　　A: Chị biết nói tiếng Nhật không? 姐姐會說日文嗎？

　　B: Tôi biết nói một chút tiếng Nhật. 我會說一點日文。

（2）chị ấy 她、tiếng Thái 泰文

　　A: Chị ấy biết nói tiếng Thái không? 她會說泰文嗎？

　　B: Chị ấy biết nói một chút tiếng Thái. 她會說一點泰文。

（3）anh ấy 他、tiếng Pháp 法文

　　A: Anh ấy biết nói tiếng Pháp không? 他會說法文嗎？

　　B: Anh ấy biết nói một chút tiếng Pháp. 他會說一點法文。

（4）bác ấy 他、tiếng Anh 英文

　　A: Bác ấy biết nói tiếng Anh không? 他會說英文嗎？

　　B: Bác ấy biết nói một chút tiếng Anh. 他會說一點英文。

第三課

❶ 請用「quá」來完成以下句子

（1）Chị quá tốt! 姐姐人好好！

（2）Em quá giỏi. 妳好厲害。

（3）Phở bò quá ngon. 牛肉河粉好好吃。

（4）Chị đẹp quá! 姐姐太美了！

（5）Em lãng phí quá! 你太浪費了！

（6）Hôm nay mưa to quá! 今天雨太大了！

❷ 請依據中文內容完成以下句子

（1）A: Em có khỏe không? 你好嗎？

　　B: Dạ, em khỏe, cám ơn chị. 是的，我好，謝謝妳。

（2）A: Anh thích <u>ăn</u> hoa quả, phải <u>không</u>? 哥哥喜歡吃水果，是嗎？

　　B: Dạ phải, anh <u>thích ăn</u> hoa quả. 是的，我喜歡吃水果。

（3）Em <u>cám ơn</u> chị nhiều ạ. 我多謝姐姐！

❸ 請用「đã／đang／sẽ」來完成以下句子

（1）Tôi <u>đã</u> học tiếng Trung một năm rồi. 我已經學中文一年了。

（2）Mẹ <u>đang</u> nấu cơm tối. 媽媽正在煮晚餐。

（3）Tôi <u>sẽ</u> đi Việt Nam chơi. 我將要去越南玩。

第四課

❶ 請完成以下句子

（1）Ngày nghỉ bạn <u>thường</u> làm <u>gì</u>? 假日你通常會做什麼？

（2）Sở <u>thích</u> của <u>tôi</u> là xem <u>phim</u>. 我的興趣是看電影。

（3）Tôi <u>thích</u> ăn phở bò. 我喜歡吃牛肉河粉。

（4）Tôi <u>thích</u> uống cà phê. 我喜歡喝咖啡。

（5）Tôi <u>rất</u> thích ăn gà rán. 我很喜歡吃炸雞。

（6）Ngoài trà sữa <u>ra</u>, bạn còn <u>thích</u> uống gì nữa?

　　除了奶茶之外，你還喜歡喝什麼？

（7）<u>Ngoài</u> bơi <u>ra</u>, bạn <u>còn</u> thích <u>làm gì</u> nữa?

　　除了游泳之外，你還喜歡做什麼？

❷ 請根據例句，寫出你的五個興趣

（1）<u>Sở thích của tôi là bơi.</u> 我的興趣是游泳。

（2）<u>Sở thích của tôi là chụp ảnh.</u> 我的興趣是拍照。

（3）<u>Sở thích của tôi là đi bộ.</u> 我的興趣是散步。

（4）<u>Sở thích của tôi là mua sắm.</u> 我的興趣是購物。

（5）<u>Sở thích của tôi là xem phim.</u> 我的興趣是看電影。

③ 請回答以下問句

（1）Ngoài trà đá ra, bạn còn thích uống gì nữa?

除了冰茶之外，你還喜歡喝什麼？

Ngoài trà đá ra, mình còn thích uống nước dừa.

除了冰茶之外，我還喜歡喝椰子水。

（2）Ngoài bơi ra, bạn còn thích làm gì nữa?

除了游泳之外，你還喜歡做什麼？

Ngoài bơi ra, mình còn thích tập Yoga.

除了游泳之外，我還喜歡做瑜珈。

（3）Ngoài bún thịt nướng ra, bạn còn thích ăn gì nữa?

除了烤肉米線之外，你還喜歡吃什麼？

Ngoài bún thịt nướng ra, mình còn thích ăn phở bò.

除了烤肉米線之外，我還喜歡吃牛肉河粉。

第五課

① 請回答以下「đã ... chưa?」的問句

（1）Bạn đã đi làm chưa? 你已經上班了沒？

Tôi đã đi làm rồi. 我已經上班了。

Chưa, tôi chưa đi làm. 還沒，我還沒上班。

（2）Bạn đã có người yêu chưa? 你已經有愛人了沒？

Tôi đã có người yêu rồi. 我已經有愛人了。

Chưa, tôi chưa có người yêu. 還沒，我還沒有愛人。

（3）Bạn đã ăn sáng chưa? 你已經吃早餐了沒？

Tôi đã ăn sáng rồi. 我已經吃早餐了。

Chưa, tôi chưa ăn sáng. 還沒，我還沒吃早餐。

（4）Bạn đã về quê chưa? 你已經回家鄉了沒？

Tôi đã về quê rồi. 我已經回家鄉了。

Chưa, tôi chưa về quê. 還沒，我還沒回家鄉。

（5）Bạn đã đi học chưa? 你已經上學了沒？

Tôi đã đi học rồi. 我已經上學了。

Chưa, tôi chưa đi học. 還沒，我還沒上學。

❷ 數一數，並用越南語寫出正確的數字

（1）tám 八　（2）sáu 六　（3）mười bốn 十四

❸ 請將以下句子翻譯成越南語

（1）我剛吃完早餐。 Tôi vừa mới ăn sáng xong.

（2）他剛有女朋友。 Anh ấy vừa mới có bạn gái.

（3）我剛去上課。 Tôi vừa mới đi học.

（4）你回家鄉了沒？ Bạn đã về quê chưa?

（5）我家有6個人：阿公、阿嬤、爸爸、媽媽、姐姐和我。

Gia đình tôi có 6 người: ông, bà, bố, mẹ, chị gái và tôi.

第六課

❶ 請用越南語問與回答以下句子

（1）Hôm nay là thứ mấy? 今天是星期幾？

Hôm nay là thứ tư. 今天是星期三。

（2）Anh cùng bố mẹ đi đâu? 你跟爸爸媽媽去哪裡？

Anh cùng bố mẹ đi ăn phở bò. 我跟爸爸媽媽去吃牛肉河粉。

② 請完成以下句子內容

（1）Tôi <u>cùng</u> bố mẹ đi Đà Nẵng <u>ăn</u> phở bò.

　　我跟爸爸媽媽去峴港吃牛肉河粉。

（2）Ngày mai chúng mình <u>cùng đi</u> thư viện nhé.

　　明天我們一起去圖書館喔。

（3）Tôi và anh ấy <u>cùng đi uống</u> cà phê.

　　我和他一起去喝咖啡。

（4）Một cốc cà phê <u>bao nhiêu</u> tiền?

　　一杯咖啡多少錢？

（5）Hôm nay là <u>ngày</u> 12 <u>tháng</u> 6 <u>năm</u> 2019.

　　今天是2019年6月12日。

（6）Chủ nhật chị có <u>rảnh</u> không?

　　星期天姐姐有空嗎？

（7）Thứ hai chúng ta <u>cùng đi</u> học tiếng Việt.

　　星期一我們一起去學越南語。

（8）Ngày mai là <u>thứ tư</u>.

　　明天是星期三。

（9）Một bát phở bò <u>bao nhiêu</u> tiền?

　　一碗牛肉河粉多少錢？

（10）Ngày mai là thứ <u>mấy</u>?

　　明天是星期幾？

③ 請寫出月曆上的資訊

（1）<u>ngày 27</u>　27日　　（2）<u>tháng 6</u>　6月　　（3）<u>năm 2019</u>　2019年

第七課

❶ 連連看

（1） Anh thường ăn sáng lúc mấy giờ?
你通常在幾點吃早餐？

（2） Chị thường thức dậy lúc mấy giờ?
妳通常在幾點起床？

（3） Bây giờ là mấy giờ?
現在是幾點？

（4） Vào lúc 9 giờ sáng, em đi đâu?
早上9點的時候，你去哪裡？

（5） Mấy giờ em đi ngủ?
幾點你去睡覺？

a. Vào lúc 9 giờ sáng, em đi làm.
早上9點的時候，我去工作。

b. Anh thường ăn sáng lúc 6 giờ rưỡi sáng.
我通常在早上6點半吃早餐。

c. 11 giờ tối em đi ngủ.
晚上11點我去睡覺。

d. Chị thường thức dậy lúc 5 giờ sáng.
我通常在早上5點起床。

e. Bây giờ là 9 giờ sáng.
現在是早上9點。

❷ 重組句子

（1） Vào lúc 10 giờ sáng, tôi đi thư viện đọc sách.
早上10點的時候，我去圖書館看書。

（2） Chị thường thức dậy lúc mấy giờ?
妳通常在幾點起床？

（3） Bây giờ mẹ đang nấu cơm.
現在媽媽正在做菜。

（4） Chị ấy thường ăn trưa vào lúc 12 giờ trưa.
她通常在中午12點吃中餐。

（5） Bố thường tan làm vào lúc 6 giờ 30 phút tối.
爸爸通常在晚上6點半下班。

第八課

❶ 請完成以下句子

（1）Ăn đi ăn lại thì món ăn Việt Nam vẫn là ngon nhất.
　　　吃來吃去還是越南菜最好吃。

（2）Uống đi uống lại thì nước dừa vẫn là ngon nhất.
　　　喝來喝去還是椰子水最好喝。

（3）Hỏi đi hỏi lại thì anh ấy vẫn là tốt nhất.
　　　問來問去還是他最好。

❷ 請用這些詞彙完成以下句子

（1）Món ăn Hàn Quốc không cay lắm đâu.　韓國菜不是很辣。

（2）Món ăn Đài Loan không ngọt lắm đâu.　台灣菜不是很甜。

（3）Món ăn Trung Quốc không chua lắm đâu.　中國菜不是很酸。

（4）Món ăn Nhật Bản không mặn lắm đâu.　日本菜不是很鹹。

❸ 請用這些量詞完成以下句子

（1）Xin cho tôi một cốc cà phê.　請給我一杯咖啡。

（2）Xin cho tôi một quả xoài.　請給我一顆芒果。

（3）Cho tôi một bát phở bò.　請給我一碗牛肉河粉。

（4）Tôi quen một người Nhật Bản.　我認識一位日本人。

（5）Tôi muốn ăn một cái bánh mì pate.　我想吃一個法國麵包。

❹ 請將以下句子翻譯成中文

（1）Xin cho tôi một cốc cà phê không đá ít đường.
　　　請給我一杯咖啡不加冰塊少糖。

（2）Cho tôi một quả xoài.
　　　請給我一顆芒果。

（3）Ăn đi ăn lại thì món ăn Việt Nam vẫn là ngon nhất.

　　吃來吃去還是越南菜最好吃。

（4）Món ăn Nhật Bản không mặn lắm đâu.

　　日本菜不是很鹹。

第九課

① 請依照片上的人物順序，寫出問句與答句

（1）Q: Đây là ai? 這是誰？

　　A: Đây là bạn Dung. Bạn Dung là kỹ sư.

　　這是我朋友。我朋友是工程師。

（2）Q: Đây là ai? 這是誰？

　　A: Đây là em gái Dung. Em gái Dung là sinh viên.

　　這是我妹妹。我妹妹是大學生。

（3）Q: Đây là ai? 這是誰？

　　A: Đây là con gái Dung. Con gái Dung là học sinh.

　　這是我女兒。我女兒是學生。

② 重組句子

（1）Em là học sinh, phải không? 你是學生，是嗎？

（2）Đây là bà Dung. Bà Dung là giáo viên. 這是我阿嬤。我阿嬤是老師。

（3）Anh là sinh viên, phải không? 哥哥是大學生，是嗎？

（4）Đây là em trai chị ấy. 這是她弟弟。

（5）Kia là con trai chị, phải không? 那是姐姐的兒子，是嗎？

③ 連連看

（1）Đây là em gái tôi.
這是我妹妹。

（2）Kia là bố anh ấy.
那是他爸爸。

（3）Đây là mẹ cô ấy.
這是她媽媽。

（4）Kia là chị gái tôi.
那是我姐姐。

（5）Đây là ai?
這是誰？

（6）Kia là ai?
那是誰？

a. Đây là bạn trai chị ấy.
這是她男朋友。

b. Chị gái tôi là giáo viên.
我姐姐是老師。

c. Em gái tôi là sinh viên.
我妹妹是學生。

d. Kia là bạn trai chị ấy.
那是她男朋友。

e. Bố anh ấy là họa sĩ.
他爸爸是畫家。

g. Mẹ cô ấy là bác sĩ.
她媽媽是醫生。

第十課

① 請將以下句子翻譯成越南語

（1）我吃早餐花了45分鐘。 <u>Tôi ăn sáng mất 45 phút.</u>

（2）我搭公車去上班花了35分鐘。 <u>Tôi đi làm bằng xe buýt mất 35 phút.</u>

（3）在這附近有銀行和醫院。 <u>Ở gần đây có ngân hàng và bệnh viện.</u>

（4）我坐飛機去越南玩。 <u>Tôi ngồi máy bay đi Việt Nam chơi.</u>

（5）我老公去游泳花了2個小時。 <u>Chồng tôi đi bơi mất 2 tiếng đồng hồ.</u>

② 請用以下詞語來造句

（1）Ở gần đây 在這附近

<u>Ở gần đây có bệnh viện không?</u>

在這附近有醫院嗎？

（2）từ năm 2008 đến năm 2019　從2008年到2019年

　　Anh ấy sống ở Đài Loan từ năm 2008 đến năm 2019.

　　她從2008年到2019年生活在台灣。

（3）đi làm, mất　上班、花費

　　Tôi đi làm bằng xe buýt mất 25 phút.　我搭公車上班花了25分鐘。

（4）tiền Đài, tiền Việt　台幣、越盾

　　Chị ấy muốn đổi tiền Đài sang tiền Việt.　她想把台幣換成越盾。

（5）đi làm, xe máy　上班、機車

　　Hôm nay em đi làm bằng xe máy.　今天我騎機車上班。

第十一課

1 請用「bao nhiêu」跟「mấy」來完成以下句子

（1）Một cân chôm chôm bao nhiêu tiền?　公斤紅毛丹多少錢？

（2）Năm nay chị bao nhiêu tuổi?　姐姐今年幾歲？

（3）Gia đình em có mấy người?　你家有幾個人？

（4）Năm nay em mấy tuổi?　妳今年幾歲？

（5）Hôm nay là thứ mấy?　今天是星期幾？

2 連連看

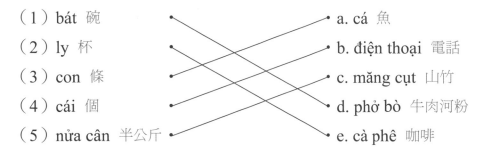

（1）bát　碗　　　　　　　　　　a. cá　魚

（2）ly　杯　　　　　　　　　　b. điện thoại　電話

（3）con　條　　　　　　　　　　c. măng cụt　山竹

（4）cái　個　　　　　　　　　　d. phở bò　牛肉河粉

（5）nửa cân　半公斤　　　　　　e. cà phê　咖啡

3 請用這些詞彙完成以下會話

A: Chị ơi, mua rau đi. Rau tươi lắm. 姐姐啊，買菜喔。菜很新鮮。

B: Bao nhiêu một bó. 一把多少錢？

A: 5.000 đồng. 5千越盾。

B: 4.000 đồng nhé? 4千越盾呢？

A: Dạ vâng, tôi bán mở hàng cho chị. 是的，我為你開市。

B: cám ơn chị! 謝謝妳！

第十二課

1 請選出適合的答案

（1）Tôi thích _____ trà sữa Đài Loan. 我喜歡喝台灣奶茶。

    A. ăn 吃   B. uống 喝   C. ăn uống 吃喝   D. xem 看

（2）Ông nội tôi phải _____ thận mỗi ngày.

    每天我阿公要吃腎臟藥。

    A. ăn thuốc 吃藥   B. uống thuốc 吃（喝）藥

    C. mua thuốc 買藥   D. bán thuốc 賣藥

（3）Tháng sau, mẹ tôi phải đi khám _____.

    下個月，我媽媽要去看醫生。

    A. ăn thuốc 吃藥   B. uống thuốc 吃（喝）藥

    C. bán thuốc 賣藥   D. bác sĩ 醫生

（4）Anh ấy _____ đau đầu và sốt cao. 他頭痛和發高燒。

    A. nói 說   B. làm 做   C. xem 看   D. bị 被

（5）Hôm nay, con gái chị ấy đi _____ da.

    今天，她的女兒去做皮膚檢查。

    A. bị 被   B. làm 做   C. xem 看   D. khám 看／檢查

❷ 重組句子

（1）<u>Mỗi tháng, ông nội tôi phải đi bệnh viện khám thận 1 lần.</u>
每個月，我阿公要去醫院檢查一次腎臟。

（2）<u>Em chỉ thích uống sinh tố bơ không thích uống thuốc.</u>
我只喜歡吃酪梨牛奶，不喜歡吃藥。

（3）<u>Tháng sau, mẹ em phải đi khám răng.</u>
下個月，我媽媽要去檢查牙齒。

（4）<u>Uống quá nhiều Vitamin sẽ không tốt cho sức khỏe.</u>
吃太多維他命對健康不好。

（5）<u>Anh ấy bị đau đầu và sốt cao.</u> 他頭痛和發燒。

❸ 請將以下句子翻譯成越南語

（1）每個月我阿公要去醫院檢查心臟一次。

<u>Mỗi tháng, ông nội tôi phải đi bệnh viện khám tim một lần.</u>

（2）他喉嚨痛和發燒。 <u>Anh ấy bị đau họng và sốt.</u>

（3）明天我爸爸要去看牙齒。 <u>Ngày mai, bố tôi phải đi khám răng.</u>

（4）我不喜歡吃藥，只喜歡喝芒果牛奶。

<u>Tôi không thích uống thuốc, chỉ thích uống sinh tố xoài.</u>

（5）吃太多維他命對健康不好。

<u>Uống quá nhiều Vitamin sẽ không tốt cho sức khỏe.</u>

（6）在冬天，我阿公覺得很冷。

<u>Vào mùa đông, ông nội tôi cảm thấy rất lạnh.</u>

（7）我阿公感到很開心。 <u>Ông nội tôi cảm thấy rất vui mừng.</u>

（8）我覺得不那麼有自信。 <u>Tôi cảm thấy không tự tin lắm.</u>

➊ 請用以下語詞來造句

（1）ở 在

　　<u>Nhà anh ấy ở Hà Nội.</u> 他家在河內。

（2）thường 通常

　　<u>Chị ấy thường đi làm lúc 8 giờ sáng.</u> 她通常在早上8點上班。

（3）vào 在

　　<u>Vào mùa hè, em thích đi Đà Nẵng chơi.</u> 在夏天，我喜歡去峴港玩。

（4）chỉ có 只有

　　<u>Chỉ có cô ấy thích ăn chay.</u> 只有她喜歡吃素。

（5）nhưng 但是

　　<u>Đi chơi rất mệt nhưng tôi thích đi chơi.</u> 去玩很累但是我喜歡去玩。

➋ 請選出適合的答案

（1）Khí hậu của miền Nam Việt Nam chỉ có _____.

越南南部的氣候只有兩個季節。

　　<u>A. hai mùa</u> 兩個季節　　　　B. ba mùa 三個季節

　　C. bốn mùa 四個季節　　　　D. một mùa 一個季節

（2）Khí hậu của miền Bắc Việt Nam có _____.

越南北部的氣候有四個季節。

　　A. hai mùa 兩個季節　　　　B. năm mùa 五個季節

　　<u>C. bốn mùa</u> 四個季節　　　　D. ba mùa 三個季節

（3）Mùa hè nóng _____ thường có bão.

夏天熱但常有颱風。

　　A. chỉ có 只有　　B. vào 哪　　<u>C. nhưng</u> 但是　　D. ở 在

（4）Anh ấy sinh _____ mùa hè.

他是在夏天出生的。

A. chỉ có 只有   B. vào 在

C. khi nào / bao giờ 何時、什麼時候D. ở 在

（5）_____ mùa đông là lạnh nhất.

只有冬天是最冷的。

A. Chỉ có 只有   B. Vào 在

C. Nhưng 但是   D. Khi nào / Bao giờ 何時、什麼時候

❸ 請用「khi nào / bao giờ」寫出問句

（1）A: Khi nào bạn đi Nhật chơi? 妳何時去日本玩？

B: Tháng sau tớ đi Nhật chơi. 下個月我去日本玩。

（2）A: Khi nào sẽ có bão? 何時有颱風？

B: Chiều nay sẽ có bão. 下午會有颱風。

（3）A: Bao giờ bạn sẽ về quê? 妳什麼時候回家鄉？

B: Tháng sau tớ sẽ về quê. 下個月我會回家鄉。

（4）A: Khi nào anh ấy sẽ kết hôn? 他何時結婚？

B: Tuần sau anh ấy sẽ kết hôn. 下星期他會結婚。

（5）A: Bao giờ bạn đi làm? 你什麼時候上班？

B: 2 giờ chiều tớ đi làm. 下午2點我上班。

國家圖書館出版品預行編目資料

愛上越南語　初級 / 丁氏蓉著
-- 初版 -- 臺北市：瑞蘭國際, 2019.10
192面；19×26公分 --（外語學習；66）
ISBN：978-957-9138-44-4（平裝）
1.越南語 2.讀本

803.798　　　　　　　108016369

外語學習系列 66

愛上越南語　初級

作者｜丁氏蓉 · 責任編輯｜鄧元婷、王愿琦
校對｜丁氏蓉、鄧元婷、王愿琦

越南語錄音｜丁氏蓉、陸越英 · 錄音室｜采漾錄音製作有限公司
封面設計｜劉麗雪 · 版型設計、內文排版｜余佳憓

瑞蘭國際出版

董事長｜張暖彗 · 社長兼總編輯｜王愿琦
編輯部
副總編輯｜葉仲芸 · 副主編｜潘治婷 · 副主編｜鄧元婷
設計部主任｜陳如琪
業務部
副理｜楊米琪 · 組長｜林湲洵 · 組長｜張毓庭

出版社｜瑞蘭國際有限公司 · 地址｜台北市大安區安和路一段104號7樓之1
電話｜(02)2700-4625 · 傳真｜(02)2700-4622 · 訂購專線｜(02)2700-4625
劃撥帳號｜19914152 瑞蘭國際有限公司 · 瑞蘭國際網路書城｜www.genki-japan.com.tw

法律顧問｜海灣國際法律事務所　呂錦峯律師

總經銷｜聯合發行股份有限公司 · 電話｜(02)2917-8022、2917-8042
傳真｜(02)2915-6275、2915-7212 · 印刷｜科億印刷股份有限公司
出版日期｜2019年10月初版1刷 · 定價｜480元 · ISBN｜978-957-9138-44-4
　　　　　2021年08月初版2刷